AF529733

एक परिपूर्ण कादंबरी, जी गार्नरच्या नेहमीच्या सुस्पष्ट, दिमाखदार शैलीत; पण एका वेगळ्या, अतिशय सुंदर अशा परिमाणाने व्यापलेली आहे. 'मृत्यू' या अतिशय तापदायक विषयातला तिचा प्रवेश, तिच्याकडे राहायला आलेली मृत्यूपंथाला लागलेली मैत्रीण हे सगळंच यात आहे. पण हे सगळं ती फक्त सुसह्यच करत नाही, तर खूप सुंदर, अलौकिक आणि मजेदारही कसं करते, याचं कोडंच पडतं. याचं उत्तर खरंतर एकच आहे. ते म्हणजे हेलन गार्नर ही एक थोर लेखिका आहे आणि 'द स्पेअर रूम' हे एक अप्रतिम पुस्तक!

– पीटर कॅरी

एक वेगवान, सुंदर आणि ओघवते पुस्तक!

– ॲलिस सेबाल्ड

वर्तमानपत्रांमधील जाड मथळ्यांमधील बाबींवर कोणीही हेलन गार्नरइतक्या उत्कटपणे, अनपेक्षित अशा सूक्ष्म नजरेने आणि मनमोकळेपणाने लिहीत नाहीत. 'द स्पेअर रूम' हे हळूहळू उद्ध्वस्त करत जाणारे पुस्तक आहे. यात दोन स्त्रियांमधील मैत्री आणि मृत्यूशी कशी नजर भिडविता येईल, याचे अत्यंत अप्रतिम आणि निरलस कथन आले आहे.

– रॉबर्ट डेसेक्स

संवेदनशील, दुःखद, मजेदार आणि जिवंत!

– डायना ॲटहिल

वर्षातील माझा सर्वात आवडता शोध – हेलन गार्नरच्या लेखनाचा सूर अतिशय सच्चा आणि ऊर्जायुक्त आहे.

– ॲनी एनराइट

प्रामाणिक, हातावेगळे न करता येण्यासारखे आणि धीरोदात्त.

– द न्यूयॉर्क टाइम्स

गार्नरचे हे एक सर्वोत्कृष्ट पुस्तक आहे. वाचलेच पाहिजे असे, प्रयत्नपूर्वक जपलेले भाषेचे अप्रतिम साधेपण, एकही शब्द वावगा नाही, जबरदस्त प्रामाणिक आणि निखालस अस्सलपणा इ. लक्षणांनी युक्त असे हे पुस्तक आहे. एकदा हातात घेतल्यावर हातावेगळे करू नये, असे हे पुस्तक वाचताना सतत वाटत राहते.

– ॲलेक्स मिलर

'माणूस असण्याचा अर्थ काय?' या मोठ्या प्रश्नावर 'द स्पेअर रूम' प्रकाश टाकते आणि आपण या पुस्तकाचा वाचक असल्याचा आनंद आपल्याला मिळवून देते.

– ऑस्ट्रेलियन लिटररी रिव्ह्यू

तेजस्वी, ओघवती आणि गहन... एक अशी कादंबरी जी कल्पनेच्याही पार आहे!

– गार्डियन

बुद्धिमत्ता आणि शब्दमाधुर्याचा एक मोहक संयोग! एका अनुभवाचे दाहक उत्कटतेने केलेले कथन ज्यामधून आपणही आयुष्याच्या प्रवासाबद्दल जाणून घेतो.

– ऑब्झर्व्हर

कादंबरीचा विषय खूप विश्वासार्ह आहे आणि गार्नर यांचे लेखन इतके खात्रीशीर आणि कळकळीचे आहे की, वाचक वाचताना तल्लीन होऊन कथेबरोबर वाहवत जातो. खूपच कमी ऑस्ट्रेलियन लेखक हा विषय कादंबरीसाठी घेण्याचे धाडस

करतील, पण आपल्याला माहीतच आहे की, हेलन गार्नरना अशी आव्हाने पेलायला आवडतात. हा त्यांचा विजय आहे.

– ऑस्ट्रेलियन बुकसेलर अ‍ॅन्ड पब्लिशर

हा पुस्तकांमधील एक लखलखता हिरा आहे! गार्नर यांची ही एक शानदार, पण संतप्त, विनोदी अंगाने जाणारी कहाणी आहे, जी एका प्रचंड वेगाने उलगडत जाते आणि आपल्याला एका बैठकीत पुस्तक संपवायला प्रवृत्त करते.

– न्यू स्टेट्समन

'स्पेअर रूम' ही कहाणी आहे खडतर प्रेमाची आणि मैत्रीची. मृत्यूच्या नजरेला नजर देत असताना दाखविलेल्या विस्मयकारक धाडसाची आणि अडचणींवर मात करण्याची जिद्द बाळगणाऱ्या मानवी स्वभावाची; जी एखाद्या कुशल शस्त्रक्रियेच्या काटेकोरपणाने गद्यरूपात लिहिली गेली आहे. ही कादंबरी सत्यापेक्षाही सत्य आहे.

– वीकेन्ड ऑस्ट्रेलियन

गार्नर या एक उत्तम लेखिका आहेत, ज्या अवघड जागांमधून लपून बसलेल्या भावना कुशलतेने बाहेर काढतात.

– संडे टेलिग्राफ

'द स्पेअर रूम'मुळे वाचकाला मुळापासून हादरा बसेल आणि त्याच्या कक्षा रुंदावतील आणि असे पुस्तक उशाशी ठेवण्याने आपला बहुमान झाल्यासारखे त्याला वाटेल.

– डॉमिनियन पोस्ट वीकेन्ड

दोन स्त्रियांमधील प्रदीर्घ मैत्रीचे रेखाटलेले हे एक परिपूर्ण असे शब्दचित्र आहे. त्यांच्या लेखनशैलीतून अनुभव जगल्याचा अस्सलपणा झिरपतो. मानसिक आणि शारीरिक अशा दोन्ही पातळ्यांवरील क्लेशदायक वास्तवाचा मुकाबला करण्याची सज्जता या पुस्तकाला सुज्ञ आणि परिणामकारक बनविते.

– डेली मेल

हेलन गार्नर वैयक्तिक अनुभवाचे संयमित अधिकाराने लेखन करतात आणि हेलन आणि निकोलच्या प्रेमळ आणि वादविवादांच्या दुनियेचे सुंदर रीतीने वर्णन करतात. तसेच इंद्रियांना सुखाविणाऱ्या तपशिलांसह अशा रीतीने समजावून देतात की, वेदनाही सुंदर होऊन जाते.

– संडे टेलिग्राफ

गार्नर यांनी लिहिलेली एक धाडसी, दिपवून टाकणारी, हिऱ्याचा धारदारपणा असणारी कादंबरी, ज्यातून मानवी नातेसंबंध इतक्या पाशवी स्पष्टतेने रेखाटले आहेत की जणू ते पहिल्यांदाच सादर केल्यासारखे वाटतात.

– एल. ए. टाइम्स

आपल्या स्नेहीजनांना पुस्तके भेट द्या

'द स्पेअर रूम' या मूळ इंग्रजी पुस्तकाचा मराठी अनुवाद

एक विश्रांतीस्थळ!

कथा एका खडतर मार्गावरून जाणाऱ्या हळव्या मैत्रीची

मूळ लेखिका

हेलन गार्नर

अनुवाद

वंदना कुंडेटकर

मेहता पब्लिशिंग हाऊस

Please contact us at **Mehta Publishing House,** 1941, Madiwale Colony, Sadashiv Peth, Pune 411030.

© +91 020-24476924 / 24460313

Email : info@mehtapublishinghouse.com
production@mehtapublishinghouse.com
sales@mehtapublishinghouse.com

Website : www.mehtapublishinghouse.com

◆ *या पुस्तकातील लेखकाची मते, घटना, वर्णने ही त्या लेखकाची असून त्याच्याशी प्रकाशक सहमत असतीलच असे नाही.*

THE SPARE ROOM by HELEN GARNER

Translated in Marathi Language by Vandana Kundetkar

एक विश्रांती स्थळ! / अनुवादित कादंबरी

अनुवाद : वंदना कुंडेटकर
गुलमोहोर २५, नंदनवन, अमर सोसायटी, ऑफ लॉ कॉलेज रोड,
एस. एन. डी. टी. कॉलेजच्या मागे, एरंडवणे,
पुणे - ४११००४. © ९९२३१४१३१६

मराठी अनुवादाचे व प्रकाशनाचे हक्क मेहता पब्लिशिंग हाऊस, पुणे.

प्रकाशक : सुनील अनिल मेहता, मेहता पब्लिशिंग हाऊस,
१९४१, सदाशिव पेठ, माडीवाले कॉलनी, पुणे - ४११०३०.

मुद्रक : स्पेक्ट्रम ऑफसेट, डी-२/४, सत्यम इस्टेट,
सीडीएसएसच्या मागे, एरंडवणे, पुणे - ४११००४.

मुखपृष्ठ : चंद्रमोहन कुलकर्णी

प्रथमावृत्ती : नोव्हेंबर, २०१२

किंमत : ₹ १५०/-

ISBN 978-81-8498-437-8

जो आयुष्याचा विचार करतो तो माणसं जोडतो.

जेथे कोणी दुसरी व्यक्ती विश्रांती घेणार आहे
अशी जागा तयार करणे, हा एक विशेषाधिकार आहे.
– एलिझाबेथ जोली

....ज्या वेळी हृदय शोक करत असतं,
तेव्हा ते अशा रीतीने वागतं का?
– लुइस ग्लक

मेहता पब्लिशिंग हाऊसतर्फे 'The Spare Room' हे पुस्तक
इंग्रजीमध्ये प्रकाशित झालेले आहे.

सर्वांत प्रथम मी माझ्या घरातल्या स्पेअर रूममधली पलंग उत्तर-दक्षिण असा फिरवून घेतला. असं केल्याने त्या पलंगावरची व्यक्ती ग्रहावरच्या सकारात्मक ऊर्जेशी का कशाशीतरी जोडली जाते, असं म्हणतात ना? मी तरी असाच विचार करेन.

तिची रंगांबाबतची सगळ्यांमध्ये जाहीर असणारी भावना लक्षात ठेवून मी बिछान्यावर नीट चपखलपणे बसणारी फिकट गुलाबी रंगाची चादर घातली आणि... तसाही पिवळसर पडणाऱ्या त्वचेसाठीसुद्धा गुलाबी रंग सुखावणारा वाटतो.

'तिला पातळ उशी आवडेल की एखादी गुबगुबीत? ती पिसांबाबत खूप संवेदनशील असेल की... एक शुद्ध शाकाहारी या नात्यानं ती पिसांचा वापर करण्यास विरोध करेल? असो. मी तिला पर्याय देईन.' मी घरातल्या सगळ्या जास्तीच्या उश्या गोळा केल्या. प्रत्येक उशी चुरचुरीत, इस्त्री केलेल्या खोळीमध्ये घालून त्या सगळ्या उश्या पलंगाच्या उश्याशी ओळीत लावून ठेवल्या.

लाकडी पट्ट्या ओढून मी खिडकी उघडली. ताज्या पानांचा वास घेऊन हवा आत शिरली. अर्थात, आपण पडदा उघडून उजवीकडे वाकून बघितल्याशिवाय एकही पान दिसलं नसतं. ती कित्येक महिने तिच्या भाचीबरोबर, आयरिसबरोबर एलिझाबेथ बेमधल्या एका अपार्टमेंटमध्ये आठव्या मजल्यावरच्या घरात राहत होती; ज्याच्या खिडक्या माझ्या कल्पनेप्रमाणे उत्तरेच्या बाजूला उघडत होत्या. तिथून सिडनीच्या प्रचंड बंदरावरचे निळे आच्छादन दिसत असे.

माझ्या घरातल्या स्पेअर रूमच्या खिडकीबाहेर मी 'जिरेनियम' आणून लावेपर्यंत एक राखाडी रंगाचं कुंपण दिसत असे. त्याच्यामुळे माझं आणि माझ्या मुलीचं, इव्हाचं घर अलग होत असे. काचेच्या तावदानाची वर-खाली करता येणारी खिडकी जरी पूर्वेकडे उघडत होती, तरीही इव्हाच्या घरावरून परावर्तित होणाऱ्या प्रकाशामुळे

त्या खोलीत दुपारपर्यंत भरपूर उजेड येत असे. अर्थात, आता ऑक्टोबर संपत आला होता. मेलबोर्नमध्ये या काळात वसंत ऋतू असणं अपेक्षित होतं.

मला तिच्या पावलांची काळजी वाटत होती. तिच्या या खोलीची जमीन साध्या लाकडाची होती, ज्याच्यावर एक जुना, दशा झालेला गालिचा होता. तिच्या पायाची निमुळती, लांबसडक बोटं जर त्याच्यात अडकली असती तर? ती जर पडली असती तर? बॅगमध्ये सामान भरताना अंतर्वस्त्रं, अत्तर यांसारख्या सामानाबरोबर आठवणीने सपाता ठेवायची तसदी तिने घेतली नसती. मी मग तो धोकादायक ठरू शकणारा गालिचा गुंडाळून पाठीमागच्या भागात टाकून दिला. नंतर मी पेडीमॉन्टच्या सुपर मार्केटमध्ये गेले. तिथे आदिवासींनी बनवलेल्या गोधड्या मिळतात, असं माझ्या मैत्रिणीने, पेगीने सांगितलं होतं. तिला या अशा खूप गोष्टी माहीत असत. तिथे गेल्या-गेल्याच माझ्या नजरेत एक गोधडी भरली.

तिथल्या विक्रेत्यानं मला सांगितलं की, ती एक इराणी गोधडी होती; जी वनस्पतींचे नैसर्गिक रंग वापरून रंगविली होती. मी तीच पसंत केली. कारण तिचा रंगही थोडा फिकट झाला होता. मी मुद्दाम नवीन काही विकत आणावं, हे निकोलाला अजिबात आवडलं नसतं.

'तिला स्वत:कडे बघायला आवडेल का?' मी तिला पाहिल्याला आता कित्येक महिने होऊन गेले होते. तिच्याबद्दल जे काही कळत होतं, ते फक्त त्या दिवशी आलेल्या इ-मेलमधूनच. दर वेळेस तिच्या उत्साही बडबडीमधून वाईट बातमीचा आभास व्हायचा. मी सिडनीला येण्याबाबत तिला खूपदा सुचवून पाहिलं होतं, पण तिनं माझं म्हणणं दर वेळी खोडून काढलं होतं. कधी तिला कोणाबरोबर तरी रात्रीच्या जेवणासाठी बाहेर जायचं असायचं आणि तो दिवस बदलणं शक्य नसायचं, तर कधी माझ्यासाठी पलंग नसायचा, तर कधी मी उगाचच पैसे वाया घालवावेत, अशी तिची इच्छा नसायची. 'खोलीमध्ये आरसा नसला, तर ती कदाचित गैरसमज करून घेईल.' माझ्या खोलीतल्या पुस्तकांच्या कपाटामागे मला एक आरसा सापडला, जो मी बर्कले स्ट्रीटवरच्या एका आशियाई वस्तूंच्या दुकानातून खरेदी केला होता आणि अजूनपर्यंत वापरला नव्हता. आरसा चांगला लांब, थोडासा अरुंद आयताकृती, लाकडी चौकटीविना असा होता. त्याच्या पाठीमागे दोन्ही बाजूंनी चिकटणारी चिकटपट्टी तशीच लावलेली होती. तिच्या खोलीच्या दाराच्या आतल्या बाजूला दूरदर्शीपणाने एक चांगलीशी जागा निवडून तिथल्या भिंतीवर मी आरसा चिकटवून टाकला.

पलंगाशेजारच्या टेबलावर 'प्रिटी बेबी', 'डोन्ट फेन्झ मी इन', 'किंग ऑफ द रोड' यांच्या सुरावटींचे तक्ते पसरवून ठेवले होते. वाचण्यासाठी एक दिवा एका ठरावीक कोनामध्ये वळवून ठेवला आणि त्याच्या बाजूला एक मगमध्ये घराच्या

पाठीमागच्या भागातून गोळा केलेली फुलं-पानं ठेवली. नंतर मी व्हरांड्यातून घराच्या पुढच्या भागात असणाऱ्या माझ्या खोलीत गेले आणि पायांतल्या बुटांसकटच पलंगावर आडवी झाले, तेव्हा दुपारचे चार वाजले होते.

दहा मिनिटांनी मला एका भयंकर आवाजाने जाग आली. आवाज चांगलाच जोराचा, काहीतरी फुटल्याचा होता. मला वाटलं की, बाजूच्या खिडकीमधून कोणीतरी वीट फेकून मारली असावी. मी लटपटत्या पायांनी माझ्या खोलीतून बाहेर येऊन दिवाणखान्याच्या दिशेने पळत गेले. तिथे तर काही हललेलं नव्हतं! सगळं घर शांत होतं. 'मला नक्की स्वप्न पडलं असणार!' स्वयंपाकघराच्या बाजूला असणाऱ्या व्हरांड्यांच्या कोपऱ्यात काहीतरी चमत्कारिकरीत्या चकाकताना दिसत होतं. मी त्याच्यावरून पलीकडे पाय ठेवला आणि स्पेअर रूममध्ये गेले. तिथे आरसा अस्तित्वात नव्हता! भिंत रिकामी होती आणि खालच्या इराणी गोधडीवर फुटलेल्या काचांचा चकाकणारा थर पसरला होता.

मी केराच्या सुपलीत ब्रशने ते सगळं गोळा करून घेतलं, झाडूनं स्वच्छ झटकलं, काना-कोपऱ्यात हूव्हर फिरवून घेतलं. आरशाचे तुकडे अगदीच बारीक आणि आडमुठे होते. काही काही तर इतके लहान होते की, तिथे फक्त प्रकाशाचे कवडसे दिसत होते. ते गोधडीच्या तळाशी, तिच्या लोकरीच्या मुळांमध्ये रुतून राहिलेले होते. मी माझ्या गुडघ्यांवर बसून बोटांच्या नखांनी ते तुकडे उपसून काढले. दिवस मावळल्यावर मला थांबावंच लागलं. कॉनीने, माझ्या बहिणीने मला फोन केला.

"आरसा फुटला? तिच्या खोलीतला?"

मी गप्प राहिले.

मग ती अगदी हळुवार, पण कळकळीच्या स्वरात म्हणाली, "तिला, निकोलाला यातलं काही सांगू नकोस हेलन."

~

"ती तीन आठवडे राहणार आहे?" मानसोपचारतज्ज्ञ असणारा माझा मित्र लिओ मला विचारत होता. त्या शनिवारी संध्याकाळी मी त्या साउथ यारामधल्या साध्या-सुध्या स्वयंपाकघरात बसून त्याला स्वयंपाक करताना निरखत होते. त्यानं पास्ता चाळणीत ओतलं आणि चाळणी वर-खाली करत-करत त्यानं विचारलं, "पण इतके दिवस का?"

"इथल्या एका वैकल्पिक उपचारांसाठी तिनं तिचं नाव नोंदवलं आहे. या शहरातच आहे तो दवाखाना कुठेतरी. त्यांनी तिची निवड केली, त्यामुळे सोमवारी सकाळी तिला तिथं हजर व्हायचं आहे."

"कसल्या प्रकारचा आजार?"

मी तिला या बाबतीत विचारायला फारशी राजी नव्हते. "ती पेरॉक्साइड ड्रिप्स वगैरेंसारख्या भयानक गोष्टींबाबत बोलते. अगोदरच ती सिडनीमध्ये 'क' जीवनसत्त्वाचे भलेमोठे डोस घेते आहे शिरेमधून, ऐंशी हजार युनिट्स! ग्लेटेनियमबरोबर; असंच काहीतरी ती म्हणत होती."

हातातली निथळणारी रोवळी पकडून तो तसाच स्तब्ध उभा राहिला. तो स्वत:वर ताबा ठेवण्याचा प्रयत्न करत होता, असं वाटत होतं. त्याच्या कानशिलावरच्या पांढऱ्या, कुरळ्या केसांखालची त्याची शीर या आधी माझ्या कधीही लक्षात आली नव्हती.

"हा निव्वळ मूर्खपणा आहे हेलन!"

आम्ही जेवायला सुरुवात केली. काट्याचमच्यांनी खात असताना लिओने ती प्रदीर्घ शांतता तशीच राहू दिली. काळ्या-पांढऱ्या रंगाचा 'टेरियर' त्याच्या खुर्चीच्या बाजूला पाय दुमडून बसला होता. तो लिओकडे अतीव प्रेमाने पाहत होता.

"खरंच, निव्वळ मूर्खपणा आहे हा; नाही का?" मी म्हटलं, "हा माझा पूर्वानुभव आहे. पुढचं तर ऐक. स्कॅनमध्ये तिच्या आतड्यांवर गाठ दिसत असतानाही तिने तिच्या कर्करोगतज्ज्ञाला तो देत असलेले उपचार काही काळापुरते थांबवायला सांगितले होते. का, तर म्हणे म्हणजे मग ती खूप प्रमाणात कोरफड पोटात घेऊ शकणार होती."

"निकोला!" तो म्हणाला, "कोरफड खाल्ल्याने जर गाठी अशा नाहीशा झाल्या असत्या, तर जगातल्या एकूण एक कर्करोगतज्ज्ञांनी त्यांच्या रुग्णांसाठी औषध म्हणून कोरफडच लिहून दिली असती."

"अरे, पण तिचा या अशा गोष्टींवर विश्वास आहे. तिच्या कोचाच्या पाठीमागच्या बाजूला तिने चुंबकीय चटया घालून ठेवल्या आहेत. मला ती नेहमी म्हणत असते – हेल, या चटईवर पड; त्यानं तुझ्या हाडांचा ठिसूळपणा कमी होईल."

लिओ हसला नाही. आपले तपकिरी डोळे बारीक करून माझ्याकडे पाहत त्यानं विचारलं, "आणि तू झोपतेस का त्याच्यावर?"

"अर्थातच! खूपच आरामदायक आहेत त्या. ती त्या चटया दुकानातून भाड्याने आणते."

"म्हणजे, किमोचा काही उपयोग झाला नाही तर?"

"तिच्या हाताच्या पाठीमागच्या भागात खुपसलेली त्याची पिशवी घेऊनच ती सगळीकडे हिंडत होती. तिची शस्त्रक्रिया करून झाली, किरणोपचार देऊन झाले. ते आता तिच्यासाठी यापेक्षा जास्त काही करू शकत नाहीत, असं त्यांनी तिला सांगितलं आहे. कर्करोग तिच्या हाडांमध्ये आहे, यकृतात आहे. त्यांनी तिला घरी

जायला सांगितलं. तिनं पेट्रिया किंगच्या कार्यशाळेत पाच दिवस व्यतीत केले. मी खरंतर त्या कार्यशाळेबद्दल चांगलं मत ऐकलं होतं, पण ती म्हणाली की, ते काही तिच्या पसंतीनुसार नव्हतं. मग ती कोणा हीलरकडे (रोग बरा करणारा) गेली होती. त्यानं सांगितलं की, दाढा काढून घ्या, कारण त्या दाढांमध्ये भरलेल्या धातूच्या गळतीमुळे तिला कर्करोग झाला होता.''

लिओनं दोन्ही हातांमध्ये डोकं धरलं. मी जेवत राहिले.

''ती तुझ्याकडे का राहायला येते आहे?''

''मी तिचं आयुष्य वाचवलं आहे, असं तिचं म्हणणं आहे. हंटर व्हॅलीमधल्या एका जीवरसायनशास्त्रज्ञाला खूप मोठी रक्कम पाठवायच्या तयारीत ती होती.''

''जीवरसायनशास्त्रज्ञ?''

''एका काईनोलॉजिस्टने तिला सांगितलं होतं की, या जीवरसायनशास्त्रज्ञाला कर्करोगावरच्या उपचारांमध्ये खूप यश मिळलेलं आहे. म्हणून मग तिनं त्याला फोन केला. तेव्हा त्या शास्त्रज्ञानं तिला सांगितलं की, तिला प्रत्यक्ष पाहण्याची, तपासण्याची त्याला काही गरज नाही. तिच्या रक्ताच्या प्रतिमेवरून त्यानं नजर फिरवली, तरी पुरेशी होती. तिनं त्याला चार ग्रॅन्ड पाठवणं अपेक्षित होतं आणि मग तो तिच्या कर्करोगाला लक्ष्य करणाऱ्या अचूक वनौषधी पाठवणार होता. कोबीच्या रसाचा अर्क की असंच काहीतरी म्हटली होती ती!''

एवढं बोलून मी खूप मोठ्यानं हसले. लिओ माझ्याकडे मख्ख, स्थिर नजरेनं पाहत राहिला.

''आणि त्यानं तिला असंही सांगितलं की, तिला जर त्याच्या विषयी कोणी बरं-वाईट सांगितलं असेल, तर त्याकडे लक्ष देऊ नये, कारण त्याचे बरेच शत्रू आहेत, जे त्याच्या वाइटावर टपलेले आहेत. मी थोडं धूर्तपणानं काम करण्याचं ठरवलं. म्हणून तिला विचारलं की, त्यानं जेव्हा तुला असं सांगितलं, तेव्हा तुला काय वाटलं? यावर ती उत्तरली की, तिने ती प्रामाणिकपणाची हमी मानली.''

एव्हाना माझे गाल उष्ण झाले होते. मला कळत होतं की, मी नक्कीच तोंडातल्या तोंडात बोलत होते.

''मी थोडी धास्तावलेच होते. तिच्या शेवटच्या आशेवरही मी बोळा फिरवल्याबद्दल तिनं मला जबाबदार मानलं असतं. म्हणून मग तिच्या परोक्ष माझ्या एका ओळखीच्या वार्ताहराशी बोलले. त्यानं माहिती काढल्यावर हा स्वत:ला जीवरसायनशास्त्रज्ञ म्हणविणारा माणूस एक कुप्रसिद्ध भामटा निघाला. तो असेच अवाजवीपणे आपले मालकी हक्क गाजवतो. या 'अल्टरनेटिव्ह हेल्थ'मध्ये येण्यापूर्वी त्यानं सशस्त्र दरोडे घातल्याच्या आरोपाखाली कित्येक वर्षं तुरुंगात घालवली आहेत. मी तिला अगदी वेळेवर फोन केला, कारण त्या वेळी तिच्या हातात चेकबुक होतं.''

मला शांत व्हायला क्षणभर वेळ लागला. तोपर्यंत लिओ गप्प होता. त्याचं स्वयंपाकघर साधसंच, शांत होतं. मला आश्चर्य वाटलं की, त्यानं त्याच्या रुग्णांपैकी एखाद्याला इथं आमंत्रित केलं असेल का? स्वयंपाकघराच्या सरकत्या काचेच्या दाराबाहेर जनावरांसाठी पाण्याची टाकी होती. तिच्या पृष्ठभागावर तुळस माजलेली होती. बाकी उरलेली थोडी जागा त्याच्या गाडीने व्यापलेली होती.

"तू कर्करोगाच्या रुग्णांबरोबर काम करतोस ना?" मी विचारलं, "हे ऐकून तुझं काय मत आहे?"

त्यानं खांदे उडवले. "फारच वाईट आहे. चौथी अवस्था आहे."

"अशा किती अवस्था असतात?"

"चार."

माझा वाडगा रिकामा झाला होता. मी माझा हातातला काटाचमचा खाली ठेवला. "मी काय करणं अपेक्षित आहे?"

त्यानं कुत्र्याच्या डोक्यावर हात ठेवून त्याचे कान आपल्या बाजूला इतके खेचले की, त्याचे डोळे म्हणजे नुसत्या खाचा दिसू लागल्या. "कदाचित म्हणूनच ती तुझ्याकडे राहायला येते आहे. कदाचित तूच ती व्यक्ती असावीस, अशी तिची इच्छा असेल."

"कोणती व्यक्ती?"

"अशी की, जी तिला ती मरणार आहे, हे सांगेल."

नंतर आम्ही जुनी चिक कोरियाची सीडी ऐकली. आमच्या कुटुंबीयांबद्दल, आमचं काय वाचन चाललं आहे यावर बोललो. बऱ्याच उशिराने मग तो मला माझ्या गाडीपर्यंत सोडायला आला. त्याचं कुत्रं त्याच्या पायात घुटमळत होतं. माझी गाडी जेव्हा पंट रोडला लागली, तेव्हा मला ते दिव्याच्या उजेडामध्ये झपाझप चालत जाऊन मोठ्या अंधाऱ्या बगीच्यात शिरताना दिसले.

~

रात्री शांत, हळुवार पाऊस पडला. माझ्यामधलं काहीतरी नवीन शोधण्याची माझी जी एक अपरिहार्य गरज होती, तिच्यासाठी अंतिम वेळ ठरविण्यापूर्वी जी भावना दाटायची; तशाच अस्पष्टपणे जाणवणाऱ्या भावनेने मला सकाळी सहा वाजता जाग आली. 'आज निकोला येईल.' मी तशीच अंधारात पडून राहिले.

मी तिच्या खोलीबाहेरच्या बाजूला येणाऱ्या कुंपणावर जिरेनियमची दोन नवीन रोपं टांगली होती. त्याच्या पानांच्या आतमध्ये उमलणाऱ्या कळ्यांच्या टोकांकडे पाहून मला टोक केलेल्या पेन्सिलींची आठवण झाली. त्यांच्या बाजूच्या विद्रूप कुंपणावर नजर जाण्यापूर्वी त्यांच्या लालचुटुक रंगाने माझी नजर वेधून घेतली.

कुंपणाच्या मधल्या सापटीतून स्वत:ला कोंबून घेऊन शेजारच्या दरवाजातून बेसी जेव्हा आत आली, तेव्हा मी दुपारच्या जेवणासाठी सॅण्डविच बनवत होते. तिनं कितीही वर-खाली उड्या मारल्या, तरीही तिच्या बटा व्यवस्थित राखण्यासाठी आणलेली नवी पिन कशी लावता येते, याचं तिनं मला प्रात्यक्षिक करून दाखवलं. तिचं नाक वाहत होतं, म्हणून मग मी किचनपेपर वापरून ते पुसत राहिले. टी. व्ही. सुरू होता.

"ते सद्दाम हुसेन आहेत का?" तिनं विचारलं. "आजी गं, त्यांनी काय केलं, ज्यामुळे ते इतके वाईट आहेत?"

मग मी तिला देशद्रोही म्हणजे काय ते समजावलं. आमची तत्त्वचिंतनाला सुरुवात झाली. जगात खूप लोक खूपच गरीब आहेत, हे तिनं मला दाखवून दिलं. वाडग्यामध्ये योगर्ट आणि काजू घालून मी तो तिच्यासमोर ठेवला होता. त्याच्यात चमचा बुडवत असताना तिच्या लक्षात आलं की, दिवसा-दिवसांमध्ये फरक असतो.

"काही दिवस आनंदाचे असतात," ती म्हणाली, "तर काही वाईट; असं का ते मला नाही माहीत. मी तुझ्याबरोबर विमानतळावर येऊ का? मला निकोलाला सांगायचं आहे की, मी आता साडेपाच वर्षांची झाले आहे. मला वाटतं की, तिला खूपच आश्चर्य वाटेल."

~

आम्हाला गाडी लावून यायला थोडा वेळ लागला. आकाशात सूर्य छान प्रकाशत होता आणि हवाही सौम्य होती. आम्ही वसंत ऋतूवर आनंदाने बोललो. एकमेकींचा हात धरून आम्ही जेव्हा व्हर्जिन ब्ल्यू गेटच्या प्रतीक्षाकक्षामध्ये पोहोचलो, तेव्हा लोकांचा लोंढा बाहेर पडला. निकोलाचं विमान बहुधा वेळेआधीच आलं होतं.

माझ्यामागे बेसीला ओरडत ठेवून मी झपाट्याने पुढे झाले. प्रवाशांच्या गर्दीत एक उंच, सडपातळ, लांब ढांगा टाकत चालणारी अन् अकाली केस पिकलेली कोणी व्यक्ती दिसते आहे का, हे मी बारकाईने निरखू लागले. तिला ओळखेपर्यंत आम्ही जवळजवळ तिच्यावर आदळणारच होतो. ती एका तरुण, गोंधळलेल्या मन:स्थितीतल्या माणसाबरोबर येत होती. त्याच्या खांद्यावर तिची भारतीय कापडाची पिशवी होती. त्या तरुणाबरोबर येताना लोकांच्या गर्दीच्या रेट्यामुळे ती एखाद्या म्हातारीसारखी भेलकांडत, अडखळत चालत होती.

"हॅलो डार्लिंग!" निकोला म्हणाली. ती अलिप्तपणे वागायचा प्रयत्न करत होती, पण तिचा आवाज कमालीचा खरखरीत झाला होता – एखाद्या दोरखंडासारखा! "हा माझा नवा मित्र केविन. याची खूपच मदत झाली मला."

केविनने त्याच्या खांद्यावरची पिशवी माझ्याकडे सोपवली. निरोपादाखल दोन शब्द पुटपुटत तो बाहेर पडला. मी निकोलाच्या दंडाला धरून तिथं असणाऱ्या खुर्च्यांच्या रांगेकडे गेले. ती पहिल्याच खुर्चीत कोसळली. माझ्या आडून तिच्याकडे कुतूहलमिश्रित भीतीने पाहत बेसी मला चिकटली.

"ठीक आहे!" मी उत्साहानं म्हटलं, "आपण काही क्षण इथं थांबून मग निघूयात."

निकोलाला ताठपणानं अजिबात बसता येत नव्हतं. ती पाठीतून उजव्या बाजूला झुकली होती. तिची मानही खूप ओझ्याखाली वाकल्यासारखी लटकत होती. तिच्या अंगावरचं मांस पूर्ण झडलं होतं. थंडीच्या लाटांमध्ये आपल्या ताकदीपेक्षा जास्त वेळ राहावं लागल्यासारखी ती नखशिखान्त थरथरत, कुडकुडत होती.

"बेसी!" मी म्हटलं, "माझं जरा ऐक डार्लिंग! ती तिथे बाई दिसते आहे ना – स्वच्छतागृहांच्या पुढं... त्या काउंटरच्या मागं? त्या बाईकडे जा आणि तिला सांग की, आम्हाला व्हील चेअर हवी आहे; आत्ता, ताबडतोब. तू आता जरा मोठ्या, शहाण्या मुलीसारखी वागणार आहेस ना?"

तिनं माझ्याकडे रोखून पाहत विचारलं, "पण इथं विमानतळावर त्यांच्याकडे व्हीलचेअर नसली तर?"

"बेस, तुझ्या मदतीची आम्हाला गरज आहे."

निकोलानं तिच्याकडे पाहून स्मित केलं, जे एके काळी खूप सुंदर आणि प्रेमळ वाटत असे; पण आत्ता ते खूप वेदनांनी भरलेलं होतं.

"पण मी तुझ्याशिवाय जाणार नाही." बेसी मोठ्यानं ओरडून म्हणाली. "ठीक आहे, मग तू इथं निकोलाजवळ थांब, मी जाते."

"नॅना!" तिनं माझ्याभोवती दोन्ही हातांचा विळखा घातला.

"आपल्याला व्हीलचेअर आणावीच लागेल. तू त्या बाईकडे जा आणि तिला विचार, नाहीतर मग आपण इथून कसं बाहेर पडणार आहोत, ते मला माहीत नाही." मी तिला माझ्यापासून दूर लोटत म्हटलं.

ती त्या गालिचा अंथरलेल्या हॉलमध्ये अनिच्छेनं जड पावलं टाकत गेली. काउंटरपलीकडच्या व्यक्तीला ती दिसावी म्हणून ती तळव्यांवर उभी राहिलेली मला दिसली. नंतर ती गणवेशधारी स्त्री तिचं बोलणं ऐकण्याकरता खाली वाकली आणि बेसीनं दाखवलेल्या बोटाच्या दिशेनं पाहत पुढचा हुकूम सोडायला वळलेली ती मला दिसली.

~

आम्ही आमच्या अशा घरी पोहोचलो; जिथं वाटत होतं की, अजूनही वसंत ऋतू

आहे. सगळ्या खिडक्यांमधून घरामध्ये मध्यम, दमट हवा भरून राहिली होती. माझ्यावर भार टाकत, मोठ्या कष्टानं पावलं टाकत निकोलानं दिवाणखाना पार केला, तेव्हा बेसी माझ्यापुढे निकोलाची बॅग घेऊन धावत शिरली होती. आम्ही तिला स्पेअर रूममध्ये घेऊन गेलो. ती पलंगाच्या कडेला कुडकुडत बसली. मी खिडक्या खाली ओढून घेतल्या आणि खोलीतला ऑइल-हीटर सुरू केला.

"अंहं, मला काही नकोय. धन्यवाद!"

तिला काहीही खायचं-प्यायचं नव्हतं, ना तिला हात-पाय धुवायचे होते, ना तिला टॉयलेटला जायचं होतं. तिचं डोकं पुढच्या बाजूला इतकं झुकलेलं होतं की, जणूकाही ती तिच्या मांडीवर ठेवलेलं एखादं छानसं छोटंसं दृश्य पाहत असावी. मी लगबगीनं स्वयंपाकघरात आले आणि गरम पाण्याच्या बाटलीसाठी पाणी गरम करायला ठेवलं. बेसी पाठीमागच्या दारापाशी घुटमळत होती.

"आता घरी जा राणी. मी आत्ता तुझ्याबरोबर खेळू शकणार नाही. तू घरी जा." तिनं माझ्याकडे पाहून तोंड वाकडं केलं आणि मग कुंपणाच्या मधल्या सापटीकडे जाण्यासाठी ती भाज्यांच्या वाफ्यांच्या बाजूच्या जागेतून जात असताना माझ्याकडे वळून पाहत क्षणभर थबकली. तेवढ्या वेळात मला तिच्या त्वचेचा मोतिया रंग आणि नाराजी व्यक्त करायला मुडपलेल्या ओठांची चमकही दिसली.

स्पेअर रूममध्ये हीटरमधून चक-चक आवाज करत तेल ठिबकत होतं. निकोलाच्या समोर मी खाली वाकून बसले आणि निकोलाच्या पायांतले मऊ, सुती बूट काढले. तिच्या अनवाणी पावलांवर ठिपके-ठिपके दिसत होते आणि पावलांचा स्पर्श बर्फासारखा थंडगार होता! तिच्या पायांच्या घोट्यांवर निळ्याशार शिरांची नक्षी झालेली होती. मी तिच्या जीन्स ओढून काढल्या. ती कधीच अंतर्वस्त्रं घालत नसे, त्याप्रमाणे तिनं ती आत्ताही घातलेली नव्हती. मी तिची बॅग उघडली. त्यात तिनं थोडेफार कपडे भरलेले होते. एक लोकरीचा स्पेन्सर, एक विटलेला गुलाबी रंगाचा फ्लॅनेलसारख्या सुती कापडाचा रात्री घालायचा झगा, एक भलामोठा अस्वच्छ, कळकट तागाचा टी-शर्ट – ज्याच्यावर भरपूर भोकं पडलेली होती; जणूकाही एखाद्या निर्वासिताच्या त्या साऱ्या वस्तू होत्या. तिची कोणीही काळजी घेत नव्हतं. जणू तिचं आयुष्य संपलेलंच होतं.

"चल." मी तिला म्हटलं, "आपण तुला हा झगा घालू यात." एखाद्या लहान मुलासारखे तिनं दोन्ही हात वर केले. मी तिच्या अंगातला खराब झालेला काश्मिरी झंपर आणि आतले कपडे काढले. मला तर वाटत होतं की, मी अगदी त्रयस्थपणे हे सर्व करू शकते; पण जेव्हा मी तिच्या गळ्याच्या हाडांजवळ बाटलीच्या उलट्या बुचाच्या आकाराचा फुगवटा बघितला, तेव्हा माझ्या काळजाचा ठोकाच चुकला. त्याच वेळेस निराश सुरात ती म्हणत होती, "क्षमा कर मला हेल, फार भीषण आहे

हे. मला क्षमा कर.''

तिच्याशी प्रेमळ, आश्वासक शब्द बोलत मी तिचे दोन्ही हात झग्याच्या बाहीमध्ये घातले आणि झगा खाली ओढून घेऊन तिचं अंग झाकून टाकलं. मी तिला डूनाखाली (उबदार कपडे) घेतले. दुखणार नाही अशा कोणत्याही अवस्थेत तिला झोपता येत नव्हतं.

जेव्हा गरम पाण्याच्या दोन बाटल्या तयार झाल्या, तेव्हा मी माझ्या थंडीसाठी ठेवलेला दुसरा डूनाही (उबदार कपडा) तिच्यासाठी घेऊन आले. तिला नीट गुंडाळलं. तिला उब देण्यासाठी मी तिच्या पाठीमागं झोपून तिला माझ्या कवेत घेतलं. विजेचे झटके बसावेत तसे तिच्या शरीराला वरपासून खालपर्यंत झटके बसत होते. कोणतीही गोष्ट तिला पुरेशी ऊब देऊ शकत नव्हती.

परंतु थोड्या वेळाने खोलीतल्या हीटरनं आपलं अस्तित्व जाणवून दिलं. थोड्या वेळानं ती थोडी सुस्तावल्यासारखी वाटली. तिचा डोळा लागला. मला घाम यायला लागला होता. मी पलंगाच्या पाठीमागच्या बाजूनं खाली उतरले. खिडकीच्या झडपा ओढून अंधार केला आणि दबक्या पावलांनी खोलीच्या बाहेर पडले.

'केव्हापासून तिची अवस्था एवढी वाईट झाली असेल? त्याबाबत मला कोणीच का काही कळवलं नाही?' ती एकटी, सडी बाई होती. तिच्यावर कोणाचीही ताबेदारी नव्हती. उठल्यावर जर तिला भूक लागली, तर असावं म्हणून मी सूप गरम करून ठेवलं आणि तिच्या भाचीचा, आयरिसचा फोन सिडनी फोन-बुकमधून शोधून काढून तिला फोन केला.

''व्हीलचेअर?....नाही, नाही... हे तर काहीतरी नवीनच आहे... कदाचित विमानप्रवासामुळे आलेला थकवा असेल का?.. बाप रे! मला वाटतं, आपण सतत एकमेकांच्या संपर्कात राहू यात.'' तिनं तिचा इ-मेलचा पत्ता दिला. आयरिस आणि तिचा मित्र गॅब पुढच्या आठवड्याच्या शेवटी येऊ शकणार होते. कारण आयरिस ज्या शाळेत काम करत होती, तिथून तिला जास्त सुट्टी मिळू शकत नव्हती. तोपर्यंत हे सगळं करणं, सांभाळणं माझ्या ताकदीपेक्षा जास्त झालं असतं, तर ते तिला घरी, सिडनीला घेऊन जाणार होते.

'माझ्या ताकदीपेक्षा जास्त?' माझ्या अहंकाराला डंख बसला. मी प्रत्येकाच्या प्रत्येक संकटाच्या वेळी उपयोगी पडणं गृहीतच धरलं जात होतं.

पाठीमागच्या दाराशी कसलीतरी चाहूल लागली. पायघोळ स्कर्ट घातलेली आणि पट्ट्या-पट्ट्यांची शाल घेतलेली बेसी हसऱ्या चेहऱ्यानं स्वयंपाकघरात शिरली.

''नाही सोने, माफ कर मला; पण आत्ता नाही राजा!''

तिचं हसू मावळलं, ''पण मला तुला माझा नवीन नाच दाखवायचा आहे!''

''आत्ता निकोला झोपली आहे. तिला घरात खूप शांतता हवी आहे, कारण ती

खूप आजारी आहे.''

तिनं माझ्याकडे रोखून पाहिलं आणि एकदम मोठ्या कुतूहलानं विचारलं, ''निकोला मरणार आहे का?''

''कदाचित.''

''आज?''

''नाही.''

ती खूप दुःखानं, चिडून दाराची मूठ पिरगळत म्हणाली, ''मला खूप-खूप कंटाळा आला आहे. मला तू आत्ता माझ्याबरोबर खेळायला हवं आहेस.''

''बेस, असं करू नकोस. तू आत्ता ऐकलंस ना, मी काय सांगितलं तुला ते?''

''अं, तू जर मला आत येऊ दिलं नाहीस, तर मी माझं रडणं थांबवू शकणार नाही.''

''आत्ता घरी पळ, जा. उद्या सकाळी जेव्हा निकोला उठेल, तेव्हा ये.''

''पण अजून तर रात्र झालेली नाहीये.''

''ती झोपली आहे ना?''

''तू जर मला आत येऊ दिलं नाहीस, तर मी आणखी मोठ्यांदा रडेन.''

मी माझी खुर्ची पाठीमागं ढकलली. खुर्चीच्या पायांचा कर्कश आवाज झाला, त्याबरोबर तिनं धूम ठोकली. विटांच्या बाजूनं पावलांचा चट-चट आवाज करत ती दिसेनाशी झाली.

मी पाठीमागच्या व्हरांड्यात येऊन उभी राहिले. अंगणात खालच्या बाजूला खांद्यापर्यंत उंच वाढलेल्या काळ्या-पांढऱ्या फुलांनी लगडलेल्या पावट्याच्या वेलापुढे खिडकीच्या चौकटीच्या खालच्या भागात एक छोटा भोपळा पडलेला होता. आमच्या दोन्ही घरांना त्याचा विसर पडलेल्या अवस्थेत तो तिथंच पडून होता. वाळलेला नसता, तर निदान सूपमध्ये तरी घातला असता. बेसीनं तिच्या घराचं दार बंद केल्याचा आवाज येईपर्यंत मी तिथंच थांबले. नंतर गुपचूप जाऊन मी तो भोपळा उचलून आणला. चांगलाच हलका लागत होता तो! आत आणून मी तो भाजी चिरण्याच्या फळीवर ठेवला आणि एक जाडजूड सुरी त्याच्या फिकुटलेल्या पिवळसर सालीतून आत खुपसली. पफ! सुरीचं पातं भस्सकन आत शिरलं आणि भोपळ्याची दोन शकलं झाली. आतला गर शिरांनी भरलेला आणि फिकट रंगाचा होता. तो अगदी धुळीसारखा दिसत होता. मी त्याचे तुकडे-तुकडे करून कचऱ्याच्या टोपलीत भिरकावले.

रात्र झाली. ती खूपच मोठी होती. मला बऱ्याचदा झोपेतून जाग आली. एकदा मला पावसाची रिमझिम ऐकू आली. मी झडपा किलकिल्या केल्या. रस्त्याच्या पलीकडच्या बाजूच्या वरच्या घरातून प्रकाशाची एक तिरीप आत शिरली. माझा

सहकारी! तो जागणारा अनोळखी! चारच्या सुमारास मी हलक्या पावलांनी दिवाणखान्यात आले आणि निकोलाच्या खोलीच्या बंद दारासमोर उभी राहिले. तिचा नियमित, संथ श्वास सुरू होता. फक्त त्या श्वासाचा आवाज खूपच मोठा, भसाडा येत होता.

मला एकदम माझ्या बहिणीच्या मृत्यूच्या दहा मिनिटं आधी तिच्या घशात होत असलेली घरघर आठवली. "ऐक!" मी तिच्या मुलाला – जो तांबारलेल्या डोळ्यांनी तिच्या पलंगाशेजारी गुडघ्यावर ढोपरं रोवून बसला होता – त्याला म्हणाले. "तिला घरघर लागलेली आहे. ती बहुधा लवकरच आपल्याला सोडून जाईल, असं वाटतं."

"अंहं!" तो म्हणाला, "हा थोडासा कफ आहे. ती आता खोकूही शकत नाही, इतकी अशक्त झाली आहे."

स्वयंपाकघरात जाऊन मी तिथला दिवा लावला. तिथं बाकावर केळ ठेवलेलं होतं. कोणीतरी ते सोलून, अर्धवट खाऊन तसंच तिथंच ठेवून दिलं होतं. उरलेलं केळ तसंच त्याच्या ठिपक्यांच्या सालीमध्ये लपेटलेलं, बेवारस पडून राहिलेलं होतं!

माझ्या घराच्या पाठीमागची बाजू दक्षिणेला तोंड करून होती. पण वर छताच्या टोकाला एक अशी त्रिकोणाकृती खिडकी बनवलेली होती, जिच्यामुळे उत्तरेकडचा उजेड स्वयंपाकघर भरून टाकत होता. जेव्हा निकोला तिथं आली, तेव्हा मी उन्हाच्या पट्ट्यात उभी होते. तिच्यापर्यंत कधीही पोहोचण्यासाठी तयार असल्याच्या पवित्र्यात मी वर तिच्याकडे पाहिलं. तिचे केस ओलसर दिसत होते आणि ते डोक्याला घट्ट चिकटलेले होते. तिचा रात्रीचा झगा ओलसरपणामुळे गडद वाटत होता; अंगाला चिकटलेला होता. पण आत्ता तिचे खांदे नेहमीसारखे सरळ दिसत होते, मान ताठ होती आणि ती हसत-हसत उभी होती.

"हॅलो डार्लिंग!" तिच्या अस्सल खानदानी ढंगात ती गुणगुणली. "काय सुंदर सकाळ आहे! ओ हो! ते केळ तसंच तिथं राहून गेलं. मला वाटतं, मी ते नाश्ता करताना खाईन. तुला झोप नीट लागली ना?"

आत्ता कुठं माझं तोंड उघडलं, "तुला लागली का नीट झोप?"

"हो! हो! अगदी मस्त! एकदम अंथरुणावर पडता क्षणीच झोप लागली. खरंतर ना, मला जरा जास्तच घाम येतो. तुझ्या धुलाई यंत्रातून मी पटकन त्या चादरी, पलंगपोस धुऊन काढते."

ती आत येऊन माझ्या बाकासमोर एक मोढा घेऊन बसली.

परमेश्वरा, किती सुंदर स्त्री होती ती! एखाद्या उच्च कुलीन उमरावांच्या खानदानी स्त्रियांसारखं तिचं सौंदर्य होतं!

"देवा रे! काय कालचा विमानप्रवास होता!" ती म्हणाली, "माझ्याशेजारी चार मुलं असणारं एक कुटुंब बसलं होतं. मेलबोर्न येईपर्यंत आईशेजारी कोणी बसायचं याच्यावरून या मुलांची भांडणं जुंपलेली होती." तारस्वरात तिनं त्यांची नक्कल करून दाखवायला सुरुवात केली– 'मला तुझ्याशेजारी बसायचं आहे आई गं!',

'आऽऽई, माझ्याकडे बघ नाऽऽ', 'मी तुझ्यावर मुळ्ळीच प्रेम करत नाही.', 'हट, मला तर तू आवडतदेखील नाहीस.', 'मी तुझा तिरस्कार करतो.'

तिनं तिची लाल लोकरीची शाल खांद्यांवरून लपेटून घेतली. हनुवटी वर केली आणि माझ्याकडे एक लकाकती नजर टाकली. जणूकाही आम्ही दोघी जणी जिन पॅलेसमध्ये मार्टिनीचे घोट घेत गप्पा कुटायलाच बसलो होतो!

"हं, तर आता मला सांग," ती म्हणाली, "तुझा फोन कोठे आहे? प्रोफेसर थिओडरांनी मला इथं पोचताक्षणीच त्यांना फोन करायला सांगितलं आहे."

"ते कोण आहेत?"

"अगं, ते तर खूपच मोठे गृहस्थ आहेत." ती खूप उत्साहानं सांगायला लागली, "सगळ्या उपचारांनी त्यांच्याच सिद्धान्तांवरून प्रेरणा घेतली आहे. शुक्रवारी ते परदेशी जाणार आहेत, म्हणून मला त्यांनी आठवडाभर आधीच बोलावून घेतलं. माझ्यावर उपचार सुरू करण्यापूर्वी आज सकाळी त्यांना मला तपासायचं आहे, असं त्यांनी ठामपणे सांगितलं आहे."

मी कॉर्डलेस तिच्या हातात दिला आणि बाथरूममध्ये जाऊन दार लावून घेतलं. मला तिचे शब्द स्पष्ट ऐकू येत नव्हते, पण तिच्या फोनवर बोलण्याचा नाद ऐकू येत होता. तो निरागस, पण अधिकारवाणीयुक्त; निश्चयी, पण मधाळ स्वर होता, ज्यामधून अध्ये-मध्ये हास्याची कारंजीपण फुटत होती. ते नक्कीच तिला लुबाडत होते. मी शॉवर सुरू केला.

टॉवेल लपेटून जेव्हा मी बाहेर आले, तेव्हा ती मांडीवर कॉर्डलेस घेऊन मोढ्यावर बसली होती. तिच्या चेहऱ्यावर गालांच्या कातडीच्या रूपात जे काही मांस शिल्लक होतं, ते ओघळलेलं होतं.

"ते आधीच गेले आहेत."

"काय?"

"हं, चीनला. त्यांनी सांगितलं की, ते कालच गेले."

संतापाची एक तीव्र सणक माझ्या दंडांपासून बोटांपर्यंत उसळली. मी माझे डोळे मिटून घेतले. माझे डोळे जेव्हा मी उघडले, तेव्हा तिचं हसू परत आलं होतं.

"पण तरीही फारसं काही बिघडलेलं नाही. त्यांनी मला यायला सांगितलं आहे. दुसरे डॉक्टर तपासणार आहेत मला चार वाजता."

"मी येते तुझ्याबरोबर."

"अगं, नको डार्लिंग, मी जाईन रेल्वेनं. तू मला फक्त स्टेशनकडे जाण्याचा रस्ता समजावून सांग."

"तू स्टेशनपर्यंत पायी जाण्यासारखी तुझी अवस्था नाहीये."

"अगं, अर्थातच आहे! बघ, बघ माझ्याकडे!" तिनं तिचे दोन्ही हात हवेत

पसरले. तिची गडद रंगाची शाल अस्ताव्यस्त झाली.

"कालचं काय? मला तर काय करावं, हेच समजेनासं झालं होतं. तू एकेक पाऊल कसंबसं, मोठ्या मुश्किलीनं टाकत होतीस."

"ओह हेल! मी घाबरवलं का गं तुला?" तिनं एक गडगडाटी हास्य केलं. "मला जेव्हा असे थंडीचे झटके येतील ना, तेव्हा तू अशी घाबरून जाऊ नकोस. व्हिटॅमिन सी माझ्या शरीरातले विषारी पदार्थ बाहेर काढून टाकतं आहे ना, त्याचे परिणाम आहेत हे."

"म्हणजे, काल विमानात बसण्यापूर्वी तू व्हिटॅमिन सी घेतलं होतंस, असं म्हणायचं आहे का तुला?"

ओठ घट्ट मिटलेल्या अवस्थेत हसण्याचा प्रयत्न करत तिनं मान डोलावली, तेव्हा तिच्या भुवया माथ्यावर चढलेल्या होत्या.

"देवा रे! निकोला, दर वेळी हे असं, इतकं अमानुष असतं का?"

"अं... हे तर काहीच नव्हतं. तू माझी पहिल्या वेळेसची अवस्था पाहायला हवी होतीस. नॉर्थ शोअरवरच्या दवाखान्यात मला दुपारची वेळ दिलेली होती. त्यांनी ती व्हिटॅमिन सीची पिशवी माझ्यात भरली. त्यांचे उपचार संपले, तेव्हा मी आतून चांगलीच हलले होते. मला खरंतर थोडा वेळ पडायचं होतं, पण तोपर्यंत पाच वाजले होते. त्यांची दवाखाना बंद करायची वेळ झाली होती. म्हणून मग त्यांनी मला घरी जायला सांगितलं. मी माझ्या गाडीपर्यंत गेले तर खरी; पण मला माहीत होतं की, मी गाडी चालवू शकणार नव्हते. मी मोठ्या मुश्किलीनं बघू शकत होते. इतकं आजाऱ्यासारखं वाटत होतं मला त्या वेळी की, त्या क्षणी मी फक्त पाठीमागच्या सीटपर्यंत पोहोचून झोपू शकत होते. माझ्या श्वासांवर जर मला नियंत्रण मिळवता आलं असतं, तर माझं कुडकुडणं थांबलं असतं, असं मला वाटत होतं; पण माझी अवस्था अधिकाधिक खालावत राहिली. शेवटी मी गाडीच्या पुढच्या सीटवर बसले आणि गाडी चालवायला सुरुवात केली."

"अशा अवस्थेत तू नॉर्थ शोअर ते एलिझाबेथ बेपर्यंत इतक्या तुफान गर्दीच्या वेळी गाडी चालवलीस?"

"चालवावीच लागली." ती खांदे उडवीत म्हणाली, "मला असं झोकांड्या खात आत शिरताना बघून आयरिसला चांगलाच धक्का बसला."

हात पुढं करून तिनं उरलेलं केळ घेतलं. एक छोटासा तुकडा तोडला आणि पुढच्या दातांनी काळजीपूर्वक चावायला सुरुवात केली.

"तुझ्या हिरड्या दुखताहेत का?"

"त्यांनी माझ्या दोन-चार दाढा काढल्या आहेत."

"बघू देत मला जरा!"

तोंडातलं उरलेलं केळं तिनं गिळलं आणि आपला जबडा पूर्ण उघडला. मी बाकावरून माझ्या कोपरांवर रेलून पुढं वाकून बारकाईनं पाहिलं. तिची जीभ ताठ ठेवण्याच्या प्रयत्नात थरथरत होती. जिभेच्या पाठीमागच्या दोन्ही बाजूंना गुलाबी रंगाचं भोक दिसत होतं. त्या दोन्हींच्या आत खोलवर मला काहीतरी पांढऱ्या रंगाची गाठ दिसत होती.

"पू आहे का गं तो? तुला तिथं काही जंतुसंसर्ग झाला आहे का?"

"नाही गं राणी," आपले ओठ रुमालाने पुसत ती म्हणाली, "ते फक्त हाड आहे. त्या पोकळीमध्ये हिरडीची वाढ झालेली नाही. आता मी सशासारखं फक्त पुढच्या दातांनीच खाऊ शकते." ती हसत-हसत म्हणाली.

"पण हे बरं होणार आहे का? हे बरं होईल, असं काही म्हटले आहेत का ते?"

"अगं... आता तू फक्त बघत राहा बेब! एकदा का थिओडोर इन्स्टिट्यूटने हे सगळं हातात घेतलं की, पुढच्या आठवड्याच्या मध्यापर्यंत मी हे सगळं उलटं करून ठेवलेलं असेल. कर्करोग आपला गाशा गुंडाळून पळण्याच्या बेतात असेल!"

परत एकदा तसंच खळखळून हसणं, चेहऱ्यावर तीच चमक, तशाच कपाळाच्या बाजूला भुवया वळलेल्या.... मी तिच्या नजरेला नजर देऊ शकले नाही. बाजूला वळून मी पाठीमागच्या काचेच्या दारामधून अंगणात बघू लागले. पावट्याच्या रुंद जागेच्या पाठीमागच्या बाजूला मला कापडाच्या झालरीसारखं काहीतरी पुढं झेपावताना दिसलं. अरे देवा! आधी विटांवर बुटांचा धप धप आवाज आला आणि नंतर व्हरांड्यात खूप मोठ्यानं आला आणि पाठीमागचं दार धाडकन उघडलं गेलं.

"मी आऽऽले! तुम्ही माझा कार्यक्रम बघायला तयार आहात का?" निकोलाला तिची मान पटकन वळवता आली नाही. तिला तिचं संपूर्ण शरीर वळवावं लागलं. "ही कोण आहे दिमाखदार सेनोरिटा?"

बेसीनं कमरेत मागल्या बाजूला वाकून दोन्ही हात बाकदारपणे डोक्याच्या वरच्या बाजूला घेतले. त्याबरोबर तिनं बांधलेल्या पोनीटेलच्या इलॅस्टिकमध्ये खोचलेली लालभडक रंगाची फुलं हलली. त्यांच्या देठातून आधीच रस टपटपत होता. तिनं तिची मनगटं वाकवून दोन्ही हात एकमेकांभोवती गोल-गोल फिरवायला सुरुवात केली. तिची नखं धुळीनं भरलेली होती. हाताच्या तळव्यांवर शाळेतल्या मातीचे थर होते. डोळे बारीक करून, भुवया झुकवून, कपाळाला आठ्या घालत, प्रत्येक पावलागणिक आपल्या स्कर्टचा घोळ उडवत ती आमच्या दिशेनं पुढं आली.

निकोला तिच्या मोढ्यावर बसल्या-बसल्या एकदम मागं झाली, "हं.. हं.. थांब! ते तुझ्या ओठांवर काय आहे?"

बेसीनं तिचे हात खाली घेतले आणि एका हाताचा पंजा नाकपुड्यांखालून

फिरविला, त्याबरोबर तिच्या गालावर एक चकाकती रेषा उमटली.

"अरे देवा!" निकोला तिच्या मोढ्यावरून उठून मागं सरकली. "मला माफ कर डार्लिंग, पण सर्दी झालेली असताना तू इथं येऊ शकत नाहीस. माझ्यात आता अजिबात प्रतिकारशक्ती उरलेली नाही. हेलन, तुला तिला घरी पाठवावं लागेल." तिच्याच्याने शक्य होईल तितक्या वेगानं ती दिवाणखान्यामधून स्पेअर रूममध्ये निघून गेली आणि आपल्या पाठीमागं तिनं दार लावून घेतलं.

मी बेसीला पेशींची मोजणी आणि प्रतिकारप्रणालीबाबत समजवायला पेन्सिल उचलली, पण बेसीनं काही विचारलं नाही. खोलीच्या मध्यभागी ती हात हलवत उभी राहिली. तिच्या चेहऱ्यावर कोणतेही भाव नव्हते. पाठीमागच्या गल्लीत राहणाऱ्या आमच्या शेजाऱ्यानं त्याच्या गाडीचं दार बंद केल्याचा आणि त्याची गाडी गेल्याचा आवाज मी ऐकला. त्याबरोबर माझ्या कुत्र्यानं रोजच्याप्रमाणे भुंकायला आणि विव्हळायला सुरुवात केली. आम्ही आमच्या मज्जातंतूंना या कंटाळवाण्या चक्राची सवय लावली होती आणि त्यामुळे त्याबद्दल तक्रार करायचंही बंद केलं होतं; पण आज सकाळी कदाचित हवा एका नव्या, वेगळ्याच दिशेनं वाहत होती जणू! कारण तो कर्कश आवाज कुंपण ओलांडून पार आमच्या अंगणात तरंगत आला आणि स्वच्छ सूर्याच्या हवेला त्यानं आक्रोशानं भारून टाकलं.

~

त्या दिवशी दुपारी मी निकोलाबरोबर स्टेशनपर्यंत चालत जाऊन तिला तिथली तिकीट काढायची पद्धत समजावून द्यावी, अशी तिची इच्छा होती. म्हणजे मग तिची ती रोज दवाखान्यात जाऊ शकली असती; परंतु नव्या लोकांना आज ती पहिल्यांदाच भेटणार होती आणि मी असं ऐकलं होतं की, अशा वेळेस तुमच्याबरोबर असा एखादा मित्र/मैत्रीण असलेली बरी असते, जी भीतीने बधिर होऊन जात नाही. तुमच्यापेक्षा जास्त धीराची असेल, तर डॉक्टर जे काही सांगतो ते ऐकून नंतर ते तिला आठवतंही. अर्थात मी तिला यातलं काहीच बोलले नाही. मी तिच्याबरोबर एकदा गावात जाऊन तिला कमी गोंधळात टाकणारा, लवकर पोहोचण्यासाठी वापरता येणारा रस्ता दाखवू देण्याविषयी गळ घातली.

ह्यॅटच्या खाली गाडी लावून आम्ही चालत-चालत कोलिन्स रोडवर आलो. रुंद पानांची झाडं रस्त्यावरच्या जुन्या पद्धतीच्या इमारतींच्या दर्शनी भागाला आपल्या ताज्या पानांनी स्पर्श करीत होती; पण आम्ही तिकडं लक्ष दिलं नाही. तिची नजर कॉफी आणि फळांच्या रसाची दुकानं शोधत होती. रस्त्याच्या कडेला असणाऱ्या फुटपाथवर छत्र्या फडफडत होत्या. लायन किंगच्या बाहेर कोच सजले होते. स्वॅन्स्टन रोडवरच्या शिटी वाजवत जाणाऱ्या ट्राम्स बघून ती रोमांचित झाली होती.

मी माझ्या शहराचं सौंदर्य न्याहाळत होते आणि तीपण तेच पाहत होती, याचा मला अभिमान वाटत होता.

आम्ही फ्लिन्डर्सच्या शांत गल्लीत वळलो. तिनं तिच्या पर्समधून एक जुना कागद काढून त्यावरचा नंबर तपासून पाहिला. "हं.... हाच नंबर आहे."

ती जुनी इमारत चांगली उंच, टोलेजंग होती. लहानपणी आपण पैशांची बँक म्हणून जशी पेटी वापरतो, तशीच काहीतरी ती दिसत होती. रस्त्याकडे तोंड असणाऱ्या इमारतीच्या पुढच्या भागातल्या जागेत फास्टफूडची वगैरे दुकानं होती. त्या इमारतीच्या प्रवेशद्वारापाशी बसवलेल्या पांढऱ्या फरश्यांचे टवके उडालेले होते. त्या इमारतीला बसविलेल्या काचांवर डाग पडले होते, ओरखडे उठलेले होते. वयाच्या साठाव्या वर्षी स्त्रियांना जे शहाणपण आलेलं असतं, त्यानुसार आम्ही आमच्या प्रतिबिंबांवरची नजर हलविली. सरळ भाडेकरूंची नावं लिहिलेल्या फलकाकडे गेलो. पहिले नऊ मजले प्रतिष्ठित व्यवसायांसाठी – जसे बटणांचे पुरवठादार, वधूची आभूषणं व सौंदर्यप्रसाधनांचे व्यापारी, गिरण्यांचे मालक इत्यादींनी व्यापलेले होते. 'द थिओडोर इन्स्टिट्यूट' होती सर्वांत वरच्या मजल्यावर. हेलकावणाऱ्या तारा असणाऱ्या मोठ्या लिफ्टच्या जाळीच्या दरवाजातून आम्ही आत शिरलो. निकोलाचा चेहरा व्याकूळ झाला होता. खडखडाट करत वर जाणाऱ्या त्या जुन्या पिंजऱ्यातून वर जाताना मला तिच्यात काहीतरी नाजूकपणा जाणवला, ज्याला माझ्या शंकेखोर स्वभावामुळे धक्का लागला असता.

"आपल्याला वर कशा प्रकारची जमीन पाहायला मिळणार आहे, कोणास ठाऊक?" मी तिला म्हटलं. तिनं कृतज्ञता दाखवणारं एक स्मित केलं आणि आपली नजर लिनोकडे वळविली. सर्वांची मनं ज्याच्यापुढे खुली असतात, अशा त्या सर्वशक्तिमान परमेश्वराच्या साक्षीनं माझ्या मनात विचार आला की, 'तिला दुखावणाऱ्याला मी मारून टाकीन. त्याचे अगदी तुकडे-तुकडे करीन! आपण जन्मालाच का आलो, असा विचार करायला त्यांना भाग पाडीन.'

एक धक्का बसून लिफ्ट थांबली, तेव्हा घड्याळात बरोब्बर चार वाजले होते. दार उघडल्यावर आम्ही आत गेलो. समोरच्या खोलीकडे जाणारा मार्ग अरुंद आणि अंधारा होता. तिथल्या प्रत्येक दारावर नजरेच्या टप्प्यात असतील अशा उंचीवर बाथरूमच्या काचा बसविलेल्या होत्या. आम्ही आत जात असताना एका खोलीचं दार उघडं दिसलं. त्यामध्ये एक मुलगी दिव्याच्या उजेडात मान खाली घालून काहीतरी शिवत होती आणि तिच्या बाजूच्या रेडिओवरून टॉम वेट्सचा भसाडा आवाज ऐकू येत होता.

त्या बोळकांडीच्या एकदम शेवटच्या टोकाला आम्हाला थिओडोर इन्स्टिट्यूट दिसली. एका रिकाम्या व्हीलचेअरने आत जाण्याचा रस्ता अडवलेला होता. दरवाजा

बंद होता. आम्ही घंटी वाजवली. काहीच उत्तर आलं नाही. अर्थात, मला अस्पष्टशी गडबड जाणवली. दारावरच्या पितळी खाचेला मी डोळा लावला. मग आमच्या बाजूला आवाज होऊन दार उघडलं गेलं. मागं सरकून निकोलाच्या पाठोपाठ आत शिरले.

आतली खोली विचित्र पिवळ्या रंगाची होती. जणूकाही तो दाबून ठेवलेल्या, दडपलेल्या भीतीचा रंग असावा. स्वागतकक्षामधल्या फुलदाणीतली फुलं सुकून गेलेली होती. काउंटरच्या मागे एक स्त्री संगणकावर काहीतरी खुडबुड करत बसलेली होती. खूप लोक भिंतीला लागून ओळीत मांडलेल्या घडीच्या खुर्च्यांवर बसले होते. एक पाय गमावलेली, निस्तेज, दमलेल्या चेहऱ्याची स्त्री नजर खाली वळवून, हात दुमडून शांत बसलेली होती. दुसरी स्त्री तिच्या टक्कल केलेल्या डोक्यावर घातलेल्या काळ्या टोपीच्या फाशांमधून एक भडक रंगाचा धातूचा रुमाल ओवण्याचा प्रयत्न करत होती. निकोला काउंटरजवळ गेली आणि मी तशीच खुर्चीवर बसून राहिले.

त्या निस्तेज दिसणाऱ्या स्त्रीची आणि माझी नजरानजर झाली. ती हसली. ''माझं नाव मार्ज, हा माझा नवरा विन. आम्ही पार ब्रोकन हिलहून इथं आलो आहोत.'' त्या दोघांनीही माझ्याशी हस्तांदोलन केले. गुडघ्यापर्यंतची विजार आणि वरपर्यंत घट्ट ओढून घेतलेले पायमोजे घातलेला विन एक धिप्पाड, संथ मनुष्य होता. मार्जचं रुमालाला हिसके देणं, ओढणं चालूच होतं.

''मला तुमची टोपी आवडली.'' मी म्हणाले. ''रुबाबदार आहे अगदी!''

''हं...'' ती काहीशा बेफिकीर, पण उल्हासित स्वरात म्हणाली. ''तुम्हाला बाहेर जाणं अपरिहार्यच असेल, तर मग छानपैकी तयार होऊनच बाहेर पडलेलं बरं; नाही का?'' यावर आम्ही सगळेच हसलो; पण ती एकच पाय असणारी स्त्री, जिनं अजूनही आपल्या मांडीवरच्या वस्तूंवरून नजर हटविलेली नव्हती; हसली नाही. हे सर्व होत असताना तपकिरी रंगाचे सरळ केस मानेवर उंच बांधलेली तरुणी, जिनं आपली ओळख कोलेट अशी करून दिली होती, ती काउंटरवर निकोलाशी बडबड करत होती.

''मला माहिती आहे की, तुमची खूपच निराशा झाली आहे, पण प्रोफेसर थिओडोरना अचानकच चीनला जावं लागलं आणि ते पुढच्या आठवड्यापर्यंत इथं येऊ शकणार नाहीत; पण तुम्ही अजिबात काळजी करू नका, कारण आम्ही दुसऱ्या डॉक्टरांची व्यवस्था केलेली आहे. तसं एरवी ते फक्त शुक्रवारी इथं येतात, पण या आठवड्यात ते सोमवारीही इथं येणार आहेत. ते तुम्हाला तपासतील.''

आपल्या थरथरत्या हातांनी काउंटरचा आधार घेऊन उभी असलेली निकोला मला मान डोलावताना दिसली.

"प्रोफेसर थिओडोर चीनमध्ये नक्की काय करताहेत?'' मी माझ्या पत्र्याच्या खुर्चीत बसल्या-बसल्याच विचारलं, "कारण त्यांनीच निकोलावर उपचार सुरू करण्यापूर्वी तिला तपासण्यावर जोर दिला होता. त्यांच्या कार्यक्रमामध्ये झालेल्या बदलाबाबत त्यांनी तिला कळवायला नको होतं का?'' मी माझ्या आवाजात ठामपणा आणि सौजन्य आणण्याचा आटोकाट प्रयत्न केला. तरीही खोलीतलं वातावरण काहीसं तणावाचं झालं आणि तिथं एक बोचरी, विचित्र शांतता पसरली.

कोलेटचा वरच्या पट्टीतला आवाज एकदम खाली आला. "अं... ते...'' तिनं चाचरत सांगायला सुरुवात केली, "ती एक खूपच महत्त्वाची जागतिक परिषद आहे.'' तिच्या चेहऱ्यावर एक बुजरा, गंभीर भाव पसरला होता. आपल्या हाताचे तळवे तिनं पसरले आणि खांदे आणि भुवया उंचावल्या. जणूकाही देवच असणाऱ्या तिच्या मालकाचे उपकार तिच्या बुद्धीच्या आकलनापलीकडचे होते. माझ्याकडे कोणीच पाहिलं नाही. हातात क्रेडिट कार्ड असणाऱ्या निकोलाची माझ्याकडे पाठ होती. मी थोडी शांत झाले, पण माझं हृदय जोरानं धडधडत होतं.

निकोलानं एक भलामोठा अर्ज आणि पहिल्या आठवड्याच्या उपचारांसाठीचे दोन हजार डॉलर्स भरून होईपर्यंत पाच वाजून केले होते. "तुम्हाला एक अर्ध्या तासात तपासलं जाईल.'' कोलेट चीत्कारली. आम्ही वाट पाहत बसून राहिलो. स्वागतकक्षापुढच्या भागातल्या खोल्यांमधून आम्हाला काही हालचाल जाणवत राहिली, आवाज येत राहिले. एक-दोनदा एका जाडगेल्या माणसानं दाराबाहेर डोकावून अधीरपणे वाट बघत बसलेल्या लोकांना एक उदार स्मितहास्य बहाल केलं.

आम्हाला भास होत होता की, दवाखान्यातल्या हवेत एक मंद सुगंध पसरला होता. असा चटकन न आठवणारा एक सुगंध – निसर्गाचा किंवा खरंतर आपल्या दूर राहिलेल्या बालपणाचा? हा प्रसन्न उन्हाळ्याचा दरवळ होता का? आम्हाला त्याला निश्चित असं नाव देता येईना.

निकोलानं तिच्या खुर्चीवरच वज्रासन घातलं आणि तिनं मुद्दाम लक्षात ठेवून आणलेली अलेक्झांडर मॅकॉल स्मिथची कादंबरी उघडली. त्या शांततेत मी तिथले न्यू वीकलीचे अंक चाळत त्यातल्या सौंदर्यवर्धक शस्त्रक्रियांवर एक तुच्छतापूर्ण नजर टाकली.

संतापलेली आणि भेदरलेली अशी माझी अवस्था मी माझ्यापर्यंतच सीमित ठेवली. तिथंच एका कोपऱ्यात पाण्याचा फिल्टर आणि प्लॅस्टिकच्या कपांची रास ठेवलेली होती, पण खायला काहीच नव्हतं. काही खायला घेऊन यायचं आम्हाला सुचलंच नव्हतं. मार्ज आणि विननं बरोबर आणलेलं सॅन्डविच खाऊन घेतलं. सहा

वाजता मी लिफ्टनं खाली उतरले. सूर्य मावळतीला आलेला असताना स्वॅन्स्टन रोडवरून लोकांचे लोंढे स्टेशनकडे जात होते. सॅन्डविचच्या दुकानातून मी फळाच्या रसाच्या दोन बाटल्या विकत घेतल्या. मी घाईघाईनं परतल्यावरही तिथल्या गंभीर वातावरणात कसलाही बदल झालेला नव्हता. मी एक बाटली निकोलाच्या हातात देताच तिनं गटागट त्यातला रस पिऊन टाकला.

साडेसहा वाजता ब्रोकन हिलहून आलेल्या मार्जनं स्वत:च्या खुर्चीत थोडी हालचाल केली. पुढं वाकून तिनं खोकायला सुरुवात केली. खोकल्याच्या ढासेनं तिला पुरतं हलवून सोडलं होतं. प्रत्येक आवेगानंतर तिला श्वास ओढावा लागत होता. प्रत्येक वेळी बाहेर पडणारा कफ ती कागदी रुमालाने टिपून तो रुमाल प्लॅस्टिकच्या पिशवीत टाकत होती. कोणी काहीही बोललं नाही. आम्ही सगळे जण जवळजवळ तीन तास वाट पाहत बसून होतो.

सातच्या सुमारास कोलेट आतून बाहेर आली आणि तिनं एक आनंददायी घोषणा केली, "नमस्कार! आता सात वाजता आपण सर्व जण एक सादरीकरण बघणार आहोत. निकोला, त्यानंतर तुम्हाला डॉ. टकी भेटतील."

स्वागतकक्षामध्ये डॉ. टकी एकदाचे दाखल झाले. आम्ही आमच्या श्रमलेल्या डोळ्यांनी त्यांच्याकडे पाहिलं. त्यांच्या समुद्रासारख्या अवाढव्य शरीरावर चेहरा तरंगत होता, जो त्यांचं व्यक्तिमत्त्व विचित्ररीत्या मवाळ करून टाकत होता.

"जवळजवळ निम्मा कर्मचारीवर्ग या आठवड्यात कामावर हजर नाहीये." ते पुटपुटले, "त्यामुळे आमचा जरा गोंधळ झाला."

मी माझा हात उंचावला, "डॉ. थिओडोरांच्या अनुपस्थितीत या आठवड्यातल्या व्यवस्थेवर काय परिणाम होईल, ते सांगता येईल का?" इतर रुग्णांनी त्यांची डोकी निरर्थक दिशेकडे वळवली आणि मग माझ्या नजरेला नजर न देता माझ्याकडे वळविली.

डॉक्टरांनी माझ्याकडे रोखून पाहिलं, पण ते चांगलेच बुजरे वाटले. "म्हणजे... अं... उपचारांच्या दर्जाबद्दल म्हणायचं आहे का तुम्हाला?" त्यांनी विचारलं.

"नाही." मी म्हणाले, "मला असं म्हणायचं आहे की, आजच्यासारखा गोंधळ न होता सगळ्या कार्यक्रमाची नीट आखणी झालेली असेल का? कारण... म्हणजे मग आम्हाला त्यानुसार आमची वेळ जुळवून घेता येईल. म्हणजे मग मी रोज माझ्या मैत्रिणीला सकाळी इथं सोडून जाऊ शकेन आणि दुपारी घेऊन जात जाईन. आमच्या रोजच्या गोष्टीही आम्हाला व्यवस्थितरीत्या करता येतील."

ब्रोकन हिलहून आलेल्या विननं माझ्याकडे एक कटाक्ष टाकला, ज्यातून तो माझ्याशी सहमत असल्याची भावना अस्पष्टशी तरळताना दिसली. खरंतर त्याचाही या अर्थशून्य बडबडण्यावर विश्वास नव्हता, पण त्याला तसं भासवावं लागत होतं.

कारण त्याची बायको उत्सुक होती आणि त्याचं त्याच्या बायकोवर प्रेम होतं. डॉ. टकी दिलगिरीदाखल काहीतरी पुटपुटले, पण ते माफी मागण्यापासूनही बरेच दूर होते.

माझं हृदय परत एकदा जोरानं धडधडायला लागलं. माझे गाल लाल झाले होते. निकोलानं माझ्याकडे एक प्रेमळ कटाक्ष टाकून नजर दुसरीकडे वळवली. मी बहुतेक तिला शरमेनं मान खाली घालायला लावली होती. मी माझ्या जिभेला लगाम घातला.

डॉक्टरांनी भिंतीवर पडदा व्यवस्थित सरकवून घेतला. त्यांचा काउंटरवर ठेवलेला लॅपटॉप उघडला आणि एका कोपरावर रेलून ते उभे राहिले. आम्हाला कोणीही न सांगताच आम्ही आमच्या खुर्च्या चित्र नीट दिसेल अशा बेतानं सरकवून घेतल्या. कोणीतरी सुटकेचा नि:श्वास टाकला. त्यांनी पहिली कळ दाबताच त्यांच्या सादरीकरणाची नामावली झळकली – 'कर्करोग आणि त्यावरील उपचार'. निकोलाकडे पाहण्याची माझी हिंमत झाली नाही. या भीतीनं नव्हे की, ती हसेल; तर या भीतीपोटी की, ती हसणार नाही.

डॉ. टकींनी बोलायला सुरुवात केली. "आमच्या कर्करोग-निर्मूलनासाठीच्या महत्त्वाच्या, कळीच्या उपचारपद्धतींबद्दल मी आता तुम्हाला सांगणार आहे. ऑक्टोपस त्याच्या सोंडेनं मोठमोठे खडक कसे फोडतो, हे आपल्याला माहीत आहे का? कर्करोगांच्या पेशींचंही काहीसं तसंच आहे."

त्यांना कर्करोगाच्या पेशी ऑक्टोपससारख्या आहेत असं म्हणायचं होतं, का खडकासारख्या?

मांडलेले मुद्दे स्पष्ट करत असताना डॉ. टकींची बोलण्याची पद्धत खूपच नम्र, सभ्य, प्रेमळ, शांत करणारी अशी होती. त्यांच्यामध्ये खूप लवचीकता जाणवत होती. त्यात कोणताही बचावाचा, संरक्षणाचा पवित्रा नव्हता. कोणीही त्यांचा तिरस्कार नक्कीच करू शकलं नसतं. त्यांनी केलेलं भाषण मात्र गुंगवून टाकणारं होतं. माझं मन हेलकावत होतं, कशाचातरी आधार शोधत होतं. मी खूप दमले होते. भूक लागली होती. माझं कधी लक्ष लागत होतं, तर कधी उडत होतं. एक-दोनदा तर मला डुलकीच लागल्यासारखी झाली. तिथून उठून जाण्याचीही ती वेळ नव्हती. मी माझी खुर्ची मागं सरकवली आणि माझ्या पर्समधून वही अन् पेन बाहेर काढलं.

"ताण..." ते समजावून सांगत असताना म्हणाले, "आपल्या समाजात कर्करोगाचं हे सगळ्यात मोठं कारण आहे. आपल्यामध्ये दडून बसलेल्या अनेक ओंगळवाण्या गोष्टींना आपण ताणामुळे बळी पडतो."

हे काही माझ्यासाठी नवीन नव्हतं. माझे विचार माझ्या बहिणीपाशी, मॅडलिनपाशी येऊन थबकले. तिचा नवरा जेव्हा समुद्राच्या फेसाळ लाटांबरोबर वाहून गेला,

तेव्हाचा तिचा शोक, असहायतेच्या भावनेतून आलेला संताप मला आठवला. हेही आठवलं की, तिनं तिच्या त्रासाचा स्वत:साठी कोणतीही दयामाया न ठेवता शस्त्रासारखा उपयोग कसा करून घेतला. उपचार होऊ न शकणारा कर्करोग दहा वर्षांनी तिच्या फुफ्फुसांमध्ये सापडला. तिनं तिच्या या देहान्त प्रायश्चित्ताचा शांतपणे, कसल्याही प्रकारे बंड न करता स्वीकार केला. खरंतर आम्हाला असंही वाटलं की, तिनं त्याचं स्वागतच केलं. तिनं तिची शस्त्रं निमूटपणे खाली ठेवली. तिनं आम्हाला तिची प्रेमानं काळजी घेऊ दिली. आम्हीपण खूप प्रेमानं तिचं सगळं केलं. एका वर्षाच्या आत तिचं संपूर्ण कुटुंब बरोबर असताना तिनं हातातलं विणकाम बाजूला ठेवलं आणि.... ती गेली; तिच्या स्वत:च्याच घरात... त्याच पलंगावर, ज्यावर तिनं तिच्या नवऱ्याबरोबर रात्री घालविलेल्या होत्या... त्या वेळेस खिडकीच्या बाहेर या दोघांनी लावलेल्या झाडांच्या निष्पर्ण फांद्या सरत्या थंडीत उभ्या होत्या.

"जर लोक त्यांच्यावर वीज पडल्यानंतर त्यातून वाचले असतील," डॉक्टर सांगत होते, "तर त्यांच्या कर्करोगाच्या गाठी आकुंचन पावत जातात आणि शेवटी नष्ट होतात."

मी इतर श्रोत्यांकडे नजर टाकली. कोणालाही त्यात काही विचित्र आहे, असं वाटत नव्हतं.

"तुमच्या घराखालच्या जमिनीतल्या भेगांमुळे तिथल्या विद्युत्-चुंबकीय क्षेत्रात बिघाड होतो. जर्मनीतले कर्करोगाचे बरेचसे रुग्ण अशाच काही क्षेत्रांमध्ये राहत आहेत."

जमिनीच्या भेगा? सत्तरच्या दशकात मी याबद्दल काही वाचलं होतं का? वापरात नसलेल्या खाणींच्या खोल भुयारात काही लोकांच्या दिवाणखान्याचं छप्पर कोसळल्याचं? ज्यांचे भले-थोरले पियानो अशा भगदाडांमध्ये घरंगळत जाऊन कायमचे अदृश्य झाल्याबद्दल? आणि भरीत भर म्हणून या लोकांना कर्करोग झाल्याबद्दल?

निकोला कान टवकारून ते ऐकण्यात गुंग झालेली होती.

'काही विशिष्ट प्रकारचे कर्करोग होण्याच्या घटना विषुववृत्ताच्या खालच्या भागात जास्त दिसून येतात.' हे एक चांगलं, भरीव असं संशोधन आहे; जे काही महिन्यांपूर्वीच प्रसिद्ध झालं होतं.

आता मी टक्क जागी झाले.

"व्हिटॅमिन सीचे मोठाले डोस दिल्यामुळे कर्करोगाच्या गाठी मारल्या जातात आणि रोगप्रतिकारकशक्तीला चेतना मिळते. 'घामाद्वारे शरीरातील विषारी, अपायकारक पदार्थ शरीराबाहेर टाकणे' या कर्करोगावरच्या जुन्या उपचारपद्धतीवरच आमची ओझोन-सौना ही उपचारपद्धती आधारित आहे. बऱ्याचशा डॉक्टरांना याबाबत

माहिती नाही; पण हे एक चांगलं शास्त्र आहे.''

हातावर हनुवटी टेकवून निकोला बसली होती. तिचा देखणा चेहरा आनंदी, प्रसन्न भावाने व्यापलेला होता. ती डॉक्टरांकडे आदरयुक्त नजर टाकत होती. त्यांच्या बोलण्याला दुजोरा देण्यासाठी मान डोलवत होती.

ब्रोकन हिलहून आलेला विन बायकोच्या अगदी जवळ बसला होता आणि एका हाताने त्याने तिला कवळून घेतलं होतं. त्याच्या या हळुवारपणानं माझ्या मनात कसलीशी कळ उठली, ज्यासाठी मी माझ्या मनातल्या संशयाला, तिरस्काराला दोष दिला. मला कर्करोगाबद्दल काय माहिती होतं? कदाचित या 'कॉकमेमी' उपचारपद्धतीत काही दम असणंही शक्य होतं. कदाचित ती त्या काळात अस्तित्वात असलेली, पण काळापुढची उपचारपद्धती असू शकेल. व्हिटॅमिन सीमुळे गाठी आकुंचन वगैरे पावत नाहीत, असं म्हणणारा लिओ चूक असणंही शक्य होतं. कदाचित अशा प्रकारची उपचारपद्धती शोधणारे ते पहिलेच संशोधक असण्याचीही शक्यता होती. त्यांनी शोधलेली उपचारपद्धती त्यांच्या वरिष्ठ अधिकाऱ्यांच्या उपचारपद्धतींच्या विरुद्ध असेलही आणि त्यामुळेच त्यांना त्यांच्या रुग्णांवर अशा अजागळ, ओंगळ जागेमध्ये खासगीत उपचार करावे लागत असतील.

माझी नजर डॉ. टकींच्या कमरेच्या अवाढव्य घेराकडे वारंवार जात होती. तिथून त्यांनी त्यांच्या पँटवर लावलेल्या पट्ट्याला न जुमानता पोट लोंबत होतं. त्यांच्या शर्टच्या बटणांनी त्यांची उभ्या दोन हिश्श्यांमध्ये वाटणी केली होती. त्यांच्या प्रतिमेशी हे सर्व विसंगत दिसत होतं. त्यांच्या होणाऱ्या प्रत्येक हालचालीबरोबर गलबतावर लादलेल्या मालासारखं त्यांचं ते थुलथुलीत पोटही हादरत होतं.

~

संध्याकाळी सव्वाआठनंतर, म्हणजे दिलेल्या वेळेपेक्षा चार तास उशिरानं डॉ. टकींनी निकोलाला भेटायला बोलावलं.

''चल हेल.'' आत जाता-जाता हातातली कादंबरी खांद्यावरच्या बॅगमध्ये खुपसत ती म्हणाली. मी दाराशी जरा घुटमळले, पण निकोला बिनदिक्कत आत शिरली आणि समोर दिसलेल्या पहिल्या खुर्चीत तिनं बसून घेतलं. मी गडबडीनं तिच्या मागोमाग आत शिरले.

विमान अगदी उड्डाण करण्याच्या बेतात असताना किंवा नुकतंच उतरलेलं असताना जो गोंधळ उडतो, तसंच काहीसं दृश्य समोर आलं. आतल्या खोलीतली संपूर्ण जमीन पुठ्ठ्याच्या खोक्यांनी व्यापलेली होती. काही ठिकाणी त्या खोक्यांचे कमरेच्या उंचीइतके ढिगारे होते, तर काही खोकी इतस्तत: विखरून पडली होती. धातूची रिकामी शेल्फ्स एकमेकांवर कशीही रचली होती. तिच्या शेजारची खिडकी

कोणत्याही तावदानाशिवाय एका तारेला लटकत होती.

कसल्या-कसल्या वायरींनी पृष्ठभाग व्यापलेल्या टेबलापलीकडून डॉ. टकींनी आमचं आनंदी मुद्रेनं स्वागत केलं. टेबलावर ठेवलेला भलामोठा टी. व्ही. बाजूला सरकवून त्यांनी निकोलाची फाइल ठेवायला जागा करून घेतली आणि पेंग्विन त्याच्या पंखांनी जशी उघड-मीट करतो, तसे स्वत:चे हात हलवत त्यांनी तिची फाइल चाळायला सुरुवात केली.

तिनं त्यात तिच्या कर्करोगाबद्दल संगतवार माहिती लिहून ठेवली होती. तिच्या आतड्यामध्ये कर्करोग सापडणं, कर्करोगाच्या उगमाविषयीचे तिचे सिद्धान्त, तिच्या शरीरातल्या कर्करोगाच्या प्रसाराचा इतिहास आणि त्यावर तिनं घेतलेल्या उपचारांचं संगतवार विवरण. तिचं बोलणं ऐकत असताना डॉ. टकींच्या चेहऱ्यावरून आधाराचे आणि सहानुभूतीचे भाव निथळत होते. एखाद्या वृद्ध स्त्रीनं चहासाठी घुटमळत राहावं, तसं ते तिच्या बोलण्यानं घुटमळत होते. कधी त्यांच्या कपाळाला आठ्या पडत होत्या, तर कधी ते तोंडानं च्यक-च्यक असा आवाज करत होते. मग निकोलाचं बोलून झालं आणि त्यांनी बोलायला सुरुवात केली.

"आमच्या या उपचारपद्धतीसाठी तुम्ही एक अतिशय योग्य व्यक्ती आहात." ते तिला म्हणाले.

तिनं आपला पाठीचा कणा ताठ केला आणि ती खुर्चीत मागं रेलून बसली. तिच्या चेहऱ्यावर हास्य होतं.

"हो, खरंच." ते म्हणाले, "मला वाटतं, तुम्ही याला खूप चांगल्या प्रकारे प्रतिसाद देऊ शकाल."

~

त्या रात्री निकोलानं अंथरूण ओलं केलं. अंगावर पांघरूण लपेटून घेतलेल्या निकोलाला मी रात्री दोन वाजता स्पेअर रूममधून दिवाणखान्यात आणलं. "मला स्वप्न पडलं होतं." ती म्हणत होती "आणि स्वप्नातून मध्येच मला जाग आली, तेव्हा मला लघवी होत होती. मी लघवी रोखून बाथरूममध्ये जाण्याचा प्रयत्न केला; पण बघ ना, ही काय घाण करून ठेवलीये मी!"

मी तिला पहिल्यांदाच इतकी शरमिंदी झालेली पाहिलं होतं. आम्ही दोघीही स्वच्छंदी, जिप्सीप्रमाणं आयुष्य उपभोगणाऱ्या होतो; ज्यांनी स्वत:च्या अशा प्राथमिक शरीरधर्माबद्दल लाज बाळगणं खूप मागंच सोडून दिलं होतं.

"मला दे बरं जरा ते." मी म्हणाले, "तू येण्याआधीच मी मांजरपाटाचा खूप साठा करून ठेवला आहे."

"मांजरपाट? हे म्हणजे अगदी एलिझाबेथ जोलीच्या कादंबरीमध्ये असतं

तसं झालं!''

आम्ही दोघीही हसायला लागलो. मी तिचा बिछाना पुन्हा नीट लावेपर्यंत ती खुर्चीत बसून राहिली. तिचे अनवाणी पाय बघून मला एकदम माझ्या आईची आठवण झाली. लहानपणी जेव्हा मला पित्ताचा खूप त्रास होत असे, तेव्हा ती मला असंच स्वच्छ करत असे. मला आठवला, इतक्या मध्यरात्री काम करावं लागल्यानंतरही तिचा न ढळलेला संयम. तिच्या प्रेमाचे ते अमूल्य क्षण, ज्यामुळे इतक्या सगळ्या झोपलेल्या मुलांनी भरलेल्या घरातही मी तिचं जास्त प्रेम बळकावलं होतं. तिच्याकडे कृतज्ञतेनं पाहत तंद्री लावून बसलेली असताना मी तिला माझ्या गादीवर स्वच्छ पलंगपोस घालून, तो नीट पसरवून आणि कोपऱ्यांमध्ये खोचून, नीटनेटका करून परत एकदा माझ्यासारख्या मुलीसाठी – जी अगदी घृणास्पद, तिरस्करणीय झालेली होती, तिच्यासाठी – छान बिछाना तयार करून ठेवताना बघत असे. कोणताही आव न आणता, प्रतिक्रिया न देता ती माझा खराब झालेला पलंगपोस उचलून बाहेर घेऊन जात असे.

मंगळवारी सकाळी आम्ही गावात जाणारी ट्रेन पकडली. फ्लिन्डर्स स्ट्रीट स्टेशनवरची गर्दी, गडबड कशी टाळायची, हे तिला दाखवण्यासाठी आम्ही 'पार्लमेंट'ला खाली उतरून पायीच थिओडोर इन्स्टिट्यूटला गेलो. कोलेटने ज्या तत्परतेने आमचे स्वागत केलं, त्यानं प्रभावित होऊन मी निकोलाला उपचारांच्या पहिल्या फेरीसाठी तिथंच सोडलं आणि कॉफी घेण्यासाठी खाली आले.

वीसेक मिनिटांनी जेव्हा मी परत वर आले, तेव्हा प्रतीक्षाकक्षामध्ये कोणीच नव्हतं. तिथं येणाऱ्या लोकांकडे लक्ष देण्यासाठी कोणालाही नेमलेलं दिसत नव्हतं. स्वागतकक्षातल्या भिंतीवर असलेल्या पदविकांच्या तसबिरींवरून मी नजर फिरवली. त्यांमध्ये डॉ. टकींची विविध क्षेत्रांतली प्रमाणपत्रं होती. त्याच्यातच एक वैद्यकीय क्षेत्राशी संबंधित असल्यासारखं काही होतं. हे सर्व तर ठीक होतं, पण ते स्वतः कुठे होते? हे सगळं नक्की कोण चालवत होतं? पार्टिशनच्या आडून कोलेट कोणालातरी तिच्या सडसडीत शरीरयष्टीबद्दलच्या तीव्र वेडाबद्दल जोरजोरानं सांगत होती. तिथंच टेबलवर घंटी ठेवलेली होती. मी ती वाजवली. कोलेटनं बाहेर डोकावून मला शेजारच्या दाराकडे जाण्याचा इशारा केला.

त्या दाराच्या पुढे, त्या अडगळीच्या जागेमध्ये, जिथून खिडकीमधून टाचा उंचावून पाहिल्यावर मुख्य चर्चची एक बाजू दिसत होती, अशा ठिकाणी निकोला तिच्या हनुवटीपर्यंत बंद केलेल्या एका बसक्या तंबूमध्ये बसलेली मला दिसली. त्या तंबूला वरच्या बाजूला असलेल्या छिद्रातून तिचा मजेत हसणारा फक्त चेहरा दिसत होता. तिची मान त्यांनी गळ्याभोवती एक प्लॅस्टिकची पट्टी आणि गुलाबी रंगाचा टॉवेल गुंडाळून तंबूला जणू जोडून टाकली होती. त्या दिवशी तिथल्या वातावरणामध्ये दरवळताना जाणवलेला निसर्गाचा विलक्षण सुगंध आत्ताही पुन्हा जाणवला.

"हे काय नाटक आहे? तू तर एखाद्या दवाखान्यात वजन घटवण्यासाठी

आलेलं कार्टून वाटते आहेस!'' आम्ही दोघीही हसलो.

"हा ओझोन-सौना आहे. हे बघ ना आत!''

तंबूची पुढच्या भागात असणारी झिप उघडून मी पाहिलं. आतमध्ये ती प्लॅस्टिकच्या पांढऱ्या खुर्चीवर अंगावर जेमतेम एक टॉवेल लपेटून बसली होती आणि तिच्या दोन्ही हातांमध्ये किचनपेपरमध्ये गुंडाळलेली जादूगाराच्या कांडीसारखी काहीतरी वस्तू होती. आतल्या धुरामध्ये सुगंधित वाफ वाहत होती. मी झिप बंद केली. भिंतीवर लावलेल्या ए-फोर आकाराच्या कागदाच्या दिशेनं तिची मान कललेली होती. तो कागद पाहण्यासाठी मी पुढं झाले. ती एक चेतना जागवण्यासंबंधीच्या सूचनांची यादी होती. आम्ही भावहीन चेहऱ्यानं एकमेकींकडे पाहत राहिलो.

"तू हे हातात काय धरलं आहेस?''

"इलेक्ट्रोड्स.'' तिनं तिचे डोळे मिटून घेतले आणि ती मागं रेलली.

'इलेक्ट्रोड्स!' मी शांत राहण्याचा प्रयत्न केला. मोठ्या खिडकीतून उगवत्या सूर्याचा प्रकाश आत येत होता. ओझोनचा खूप मधुर, सूक्ष्म आणि ताजातवाना करणारा सुगंध येत होता – एखाद्या कलिंगडाचा किंवा महासागराचा यावा, असा. मी कोपऱ्यातल्या खुर्चीवर बसले आणि माझ्या कॉफीवरचं झाकण काढलं.

~

एक तासाभरानं कोलेट घाईघाईनं येऊन निकोलाला दुसऱ्या खोलीत घेऊन गेली. त्या खोलीत एका उंच, कडक पलंगावर, ज्याच्यावर फुलाफळांचं कापड घातलेलं होतं, त्याच्यावर निकोला पाठीवर झोपल्यावर एका तरुण स्त्रीनं तिच्या खांद्यांवर, मानेवर आणि पोटावर चिनी कप लावले. माझ्या माहितीतल्या काही लोकांप्रमाणे मीसुद्धा एक-दोनदा हे असे चिनी कपचे उपचार घेतले होते; पण ते थोडे वेगळे होते. या कपांना बोंडं होती, ज्यामधून काही नळ्या जात होत्या. एका भिंतीला साखळीनं जखडून ठेवलेल्या, गंजल्यासारख्या वाटणाऱ्या एका टाकीमधून अतिरिक्त ओझोन त्या नळ्यांमधून सोडला जात होता.

ही प्रक्रिया बरीच खासगी स्वरूपाची दिसत होती. म्हणून मी तिथून निघून जाण्याची इच्छा प्रदर्शित केल्यावर निकोला आणि कोलेट दोघींनीही मला तिथंच थांबण्याचा आग्रह केला. मी मग एका कोपऱ्यात जाऊन हाताची घडी घालून उभी राहिले. एकमेकांत मिसळलेले घुमट आणि मनोऱ्यांचं खूपच आकर्षक असं दृश्य पूर्वेकडच्या खिडकीमधून दिसत होतं आणि त्याच्यापुढे दिसत होतं, पिंजलेल्या कापसासारख्या ढगांनी भरलेलं वसंतातलं आकाश!

"ओझोनचा काय परिणाम होतो कोलेट?'' निकोलानं गोड शब्दांत कोलेटला विचारलं.

चिनी कपांची उपचारपद्धती संपवून निकोलाच्या फाइलची पानं कोलेट घाईघाईने चाळत होती. तिची निकोलाकडे पाठ होती; पण मागं वळून न बघता, गोंधळलेल्या स्वरात ती उत्तरली, "तो कर्करोगाचा नाश करतो."

"असं होय!"

"आणि व्हिटॅमिन सी" हातातली फाइल खाली ठेवून दोन्ही हातांनी ओरबाडल्यासारखी हालचाल करत कोलेट म्हणाली, "तुमच्या शरीरातून कर्करोगाच्या पेशींना उपसून बाहेर काढतं."

परत एकदा चेहऱ्यावर हसू कायम ठेवून निकोलानं तिचे डोळे मिटून घेतले. आपल्या मानेवर उंच बांधलेल्या केसांना आगाऊपणे उडवत, हेलकावे देत कोलेट बाहेर निघून गेली. खिडकीच्या खाली, एका बाकावर तिनं निकोलाची फाइल ठेवली होती. मी त्या बाकाकडे सरकले. त्या फाइलमध्ये लावलेले कागद बाहेर काढून मी सहज हातात घेतले. पानं उलटताना 'रोगनिदान' असं लिहिलेला कागद समोर आला. त्याच्यावर कोणीतरी बाळबोध अक्षरांत लिहिलेलं होतं – कालावधी – १ ते ३ वर्षं.

मी हातातला कागद खाली टाकला आणि खिडकीच्या दिशेनं सरकले. बाहेर चर्चच्या पश्चिमेकडच्या बाजूला गोमुख, अनुयायांसकट असणारी काही संतमंडळी आणि दगडी प्रभामंडप कोरलेले दिसत होते. माझे पाय लटपटत होते. मी काही वेळ दीर्घ श्वास घेतला. हे सगळं काय चाललं होतं? निकोला या उपचारांना उत्तम प्रतिसाद देईल, अशी हमी आदल्याच रात्री डॉ. टकींनी नव्हती का दिली? 'तुमचं भवितव्य काय आहे याबाबत मला काय वाटतं, हे तुम्हाला सांगितलं तर चालेल का?' असं त्यांनी तिला नक्कीच म्हटलं असेल आणि ती जर 'होय' म्हणाली असेल, तर तिला सत्य सांगणं ही खरोखरीच एक स्तुत्य गोष्ट होती आणि नंतर असं म्हणणं की, 'पण तरीही आपण तुमच्यावर असे काही विशिष्ट उपचार करू शकतो, ज्यामुळे कर्करोगाचा होणारा त्रास कमी होईल, मंदावेल. तुमचं जे काही आयुष्य अजून शिल्लक आहे, ते जास्तीत जास्त आरामदायी जावं यासाठी आपण प्रयत्न करू या.'

कदाचित मी तिथं, खोलीतच असताना ते हे करू शकले नसतील किंवा त्यांच्या स्थानामुळे ते मृत्यूबद्दल अधिकारवाणीनं बोलू शकत नसतील. कदाचित प्रोफेसर थिओडोर – जे त्यांचे गुरू होते – त्यांनाच फक्त हे अधिकार असतील.

माझ्यामागं त्या उंच पलंगावर झोपलेल्या निकोलाचे डोळे अजूनही बंदच होते. मी त्या फाइलमधले सर्व कागद नीट लावून ठेवले.

ती म्हणाली, "हेलन, तुझी बहीण मॅडलिन अशा जागी आली असती का गं?"

"छेऽऽ! अजिबात नाही."

"तिला या उपचारांबद्दल कळल्यानंतरही आली नसती?"

"शक्यच नाही गं! एक क्षणभरासाठीसुद्धा ती असा काही विचार करू शकली नसती."

"का?"

'हे सर्वकाही उपचारांच्या अगदीच विरुद्ध आहे, हे तिच्या लगेचच लक्षात आलं असतं, म्हणून.' पण असं मी तिला उघडपणे सांगू शकले नाही. तसं विधान करण्यासाठी माझी बुद्धी चालेना. आणि समजा, मी असा या उपचारांवर ठपका ठेवला असता, तर मग निकोलाचं काय? ती कुठे गेली असती? उरलंच काय असतं? हातातली सगळी शस्त्रं खाली ठेवून मरणाला सामोरं जाणं? तिनं काय करावं, हे सांगणारी मी कोण होते? म्हणून मग मी म्हणाले, "अगं, मॅडलिन एक नर्स होती आणि तिचा नवरा एक 'शल्यक्रियाविशारद'. तिचं सगळं आयुष्य पाश्चात्त्य औषधांच्या दुनियेत गेलं होतं. तिचा त्यांच्यावर विश्वास होता. तीही त्याच भाषेत बोलत होती."

निकोला अजूनही तशीच, पोटावर रांगेत असणाऱ्या वक्षस्थळांप्रमाणे दिसणाऱ्या कपांसकट पडून राहिली. मग तिनं डोळे उघडून खिडकीच्या दिशेनं नजर वळविली.

"त्या ढगांमधून कोणत्याही क्षणी एखादा देवदूत येईल, असं मला वाटतं आहे." ती म्हणाली आणि माझ्या दिशेनं तिनं एक धाडसी, आव्हान देणारं स्मित फेकलं.

~

दुपारी जेवणानंतर 'कॅफे'मध्ये बसून भाज्यांचा रस घेत असताना कोलेटनं मला तिथं येऊन जायला सांगितलं. ते आता तिच्यावर 'प्रकाशझोत' टाकणार, असं काहीतरी होतं. मी माझं सामान गोळा करून घेतलं आणि बाहेर पडले. डेव्हिड जोन्स फूड मॉलमध्ये जाऊन मी रात्रीच्या जेवणासाठी माशाचे तुकडे घेतले. मग शहरात निरर्थकपणे भटकत राहिले. पैशांची उधळपट्टी न केल्याबद्दल स्वतःचं कौतुक करत राहिले. निकोलाची चौकशी करण्यासाठी फोन केल्यावर मला कळलं की, ती मजेत होती.

आम्ही घरी परतल्यावर मी पाठीमागच्या अंगणात तारेवर वाळत घातलेले पलंगपोस काढायला गेले. निकोलानं मला मदत करू देण्यासाठी हट्ट धरला. खांद्यापर्यंत हात वर करायला तिला काय त्रास होत होता! पण मग नंतर आम्ही दोघींनी मिळून पलंगपोसांच्या व्यवस्थित घड्या घालून ते कपाटात ठेवले. नंतर एखादी निम-शाकाहारी व्यक्तीसुद्धा खाऊ शकेल असं भाज्या आणि मासे यांचं सूप

तिनं दिलेल्या सूचनांनुसार बनविलं. तिनं ते अगदी पोटभर खाल्लं. शिवाय नंतर एक ग्लासभर ड्राय शेरीपण प्यायली. मग आम्ही बातम्या बघितल्या. तिचा जुना मित्र आणि पूर्वाश्रमीच्या माझ्या नवऱ्याच्या खोड्यांबद्दल भरपूर टिंगलटवाळी केली.

झोपायला जायच्या वेळी मी तिच्याकडे टॉवेलमध्ये गुंडाळलेली गरम पाण्याची बाटली देत असताना ती म्हणाली, "उद्या मला ते आणखी थोडं व्हिटॅमिन सी देणार आहेत."

मी तिच्याकडे बघत तिला विचारलं, "तुला मी तुझ्याबरोबर यायला हवं आहे का?"

"अं.." खांदे उडवीत ती म्हणाली, "एखादं पुस्तक बरोबर घेऊन चल."

मध्यरात्रीच्या सुमारास मला तिची हालचाल जाणवली, म्हणून नजर टाकायला मी तिच्या खोलीत डोकावले. तिचे खांदे आणि मान दुखत होती. ती परत ओली झाली होती; पण या वेळेस लघवीमुळे नाही, तर घामानं! पलंगपोस तर भिजलाच होता, पण ओल पार गादीतही शिरली होती आणि उशीही पूर्ण भिजली होती. त्या रात्री मला तीन-चार वेळा बिछान्याशी झटापट करावी लागली. पलंगपोस घाला-बदला-परत घाला-बदला हे मला अगदी आवडत होतं. प्रेम आणि प्रेमापोटी सरळपणानं करता येणारं काम! आम्ही उगाचच माफी मागण्याच्या आणि देण्याच्या भानगडीत पडलो नाही. ती शांतपणे खुर्चीवर बसून मला काम करताना न्याहाळत राहिली.

"खरंतर मी एखादी नर्स व्हायला हवं होतं;" मी म्हटलं, "माझ्या बहिणीसारखी."

ती अस्फुट हसत म्हणाली, "मेट्रन! सळसळता बुरखा घातलेली!"

"किंवा कदाचित एखादी गुप्तहेर. हे असं न जमलेलं हिप्पी बनण्यापेक्षा मी सत्तरीच्या दशकांत पोलिसांत का नाही भरती झाले?"

"तशी तू बरीच कडक बनू शकतेस, पण त्यांनी तुझे तुकडे-तुकडे केले असते!"

"तुझ्याकडे कोणती वेदनाशामकं आहेत निकोला?"

"डायजेसिक."

"एवढंच?"

"मी दिवसातून त्या आठ घेऊ शकते. आत्ता घेते मी एक-दोन."

मी जाऊन तिला पाणी आणून दिलं. ती गोळ्या गिळून टाकेपर्यंत मी तिच्या बिछान्यापाशी उभी राहिले.

"जेसिक म्हणजे काय?" मी विचारलं.

"बहुधा ग्रीक शब्द असावा."

"नक्कीच! बेक्टोजेसिक – मूळव्याधीवर... ॲनलजेसिक...."

"ॲनलजेसिक" ती म्हणाली, "दुखऱ्या कुल्ल्यांसाठी असेल."

"हाऽ हाऽ हाऽ! आणि डायजेसिक – बचावाची एकही संधी न देता एखाद्या धडधडणाऱ्या ट्रकप्रमाणे ते तुमच्यावर चाल करून येतं – अर्थात तुम्ही मरू नये म्हणून."

तिनं हसून डोळे मिटले आणि स्वच्छ खोळ घातलेल्या उशीवर ती पडली.

पहाटेपूर्वी जेव्हा मी झोपेविना तशीच अंथरुणात पडले होते, तेव्हा वरच्या बाजूला एक विचित्र छोटं वादळ झालं आणि पावसाचे १५-२० थेंब सांडून एका तडाख्यात ते निघूनही गेलं. रस्ता शांत होता. हवा छान, ताजी आणि गार होती. माझ्या उघड्या खिडकीबाहेर पडलेल्या पानगळीच्या राशीजवळ कोणीतरी दबक्या पावलांनी आलं... स्वत:ला तयार करण्यासाठी श्वास भरून घ्यायला क्षणभर थबकलं.

सकाळी नाश्त्याच्या वेळी निकोलाला खूप त्रास होत होता. तिचे खांदे वाकलेले होते आणि तिला चालायला खूपच कष्ट होत होते.

"आपण एखादं जास्त परिणामकारक औषध घेऊ शकतो का?" मी म्हटलं.

"काळजी करू नकोस." ती मला समजावत म्हणाली, "या उपचारांमुळे हा त्रास होतो आहे. मला माहिती आहे की, ही त्यांची उपचारांची पद्धत आहे. शरीरातले विषारी, अपायकारक पदार्थ बाहेर टाकले जात आहेत, इतकंच."

मी तिला घेऊन गावात गेले. या वेळी एक मध्यम वयाचा, दुर्मुखलेल्या चेहऱ्याचा, पौर्वात्य युरोपियन लकबीनं बोलणारा एक अनोळखी इसम उपचार करण्यात येणाऱ्या खोलीमध्ये कामावर होता. त्यानं घातलेला पांढरा कोट, त्याच्या अतिशय संथ अशा हालचाली यामुळे एक विचित्र वातावरण तयार झालं होतं, जे एरवी प्रिय वाटणाऱ्या बडबड्या कोलेटच्या उपस्थितीत तिथं कधीही जाणवलं नव्हतं. त्यानं स्वत:ची ओळख करून देण्याचीही तसदी घेतली नाही. त्याने सरळ निकोलाला त्या उंच पलंगावर झोपायला सांगितलं. एका उंच स्टँडवर स्वच्छ द्राव भरलेली बॅग अडकवून निकोलाच्या छातीवर लावलेल्या पोर्टकॅथमध्ये खुपसण्याची तयारी सुरू केली. निकोलानं तिचा एक हात वर केला होता.

"मागल्या वेळी ज्या नर्सनं मला हे लावलं होतं.." ती त्यांना सांगत होती. तिचा आवाज ताणामुळे नेहमीपेक्षा जास्त सफाईदार झाला होता. "तिनं ते फारच घाईघाईनं लावलं होतं. त्यामुळे मला त्याचा त्रास झाला आणि मी चांगलीच आजारी पडले. नंतर अशक्तपणाही आला. आता पुन्हा हे खूप घाईघाईने होणार नाही, यासाठी जरा काळजी घ्यायला मी तुम्हाला सांगू शकते का?"

उपकरणं हाताळता-हाताळता तो पांढऱ्या डगल्यातला माणूस थबकला. "मी नर्स नाही." तो म्हणाला, "मी एक तज्ज्ञ आहे."

मी खुर्चीतून उठून पुढे झाले. ''माफ करा!'' मी घसा खाकरून त्यांना म्हटलं, ''माफ करा डॉक्टर, पण माझ्या मैत्रिणीला काल व्हिटॅमिन सीमुळे खूपच त्रास झाला. हे सर्व उपचार योग्य आहेत, याची खात्री आहे का तुम्हाला?'' त्या माणसानं माझ्याकडे पाहिलंही नाही. हातात काठी धरून तो तसाच स्थिर उभा राहिला.

''इथं तसं लिहिलेलं आहे की, तुमच्या मैत्रिणीला आज व्हिटॅमिन सीचा डोस द्यायचा आहे आणि मी त्यांना तोच देणार आहे.''

मी माझे खांदे निकोलाबरोबर येतील अशा रीतीनं पुढं सरकवले. त्यामुळे त्या माणसाला माझ्या नजरेला नजर भिडवावीच लागली. त्यानं माझ्याकडे मोजून-मापून एक मोठा दृष्टिक्षेप टाकला. मी एक श्वास घेतला. इतक्यात निकोलाने माझ्या दंडाला स्पर्श केला.

''सर्वकाही ठीक चाललं आहे हेल! एक क्षणभर मीच जरा जास्तच घाबरले होते, इतकंच.''

मला तिचे खांदे सैलावलेले जाणवले. इतकी वर्षं योगाभ्यास केल्याचा परिणाम! त्या माणसाला तिनं तिच्या खानदानी स्मितानं न्हाऊ घातलं.

''माझा तुमच्यावर पूर्ण विश्वास आहे डॉक्टर.'' ती त्यांना म्हणाली, ''मला खात्री आहे की, तुम्ही काय करता आहात, याची तुम्हाला पूर्ण कल्पना आहे. चालू देत तुमचं.''

'चालू देत?' माझ्या शिडातली हवाच निघून गेली. मी माझ्या जागेवर परत आले. ताणून धरलेल्या त्वचेवरच्या गोलामध्ये ती सुई घुसली. टप टप करत तो द्रवपदार्थ नळीत पडू लागला आणि मग तो माणूस बाहेर निघून गेला.

''मी त्याच्याशी काही चुकीच्या स्वरात बोलले का गं?'' निकोलानं मला विचारलं, ''मी काय केलं?''

''तो एक वेडझवा माणूस आहे. हे चुकतं आहे. त्याला तुझ्या बोलण्याच्या लकबीचा त्रास होतो आहे आणि कदाचित आपण उथळ आहोत, असं त्याला वाटतं आहे.''

''मला तर वाटलं होतं की, आता तू त्याला ठोसेच लगावणार आहेस. केवढी लाल झाली होतीस तू!'' तिनं माझ्याकडे लटक्या रागानं रोखून पाहिलं आणि खुदुखुदु हसायला लागली.

''त्यानं तुझ्याशी असं बोलायला नकोय.'' मी माझी लिपस्टिक बाहेर काढून ओठांना फासली.

''तू इथं थांबू नकोस हेल, घरी जाऊन काही कामं कर. माझं इथलं झालं की, मी तुला कळवते.''

खरंतर मला काहीच काम नव्हतं. ती माझ्याकडे, इथं असेपर्यंतची माझी

सगळी कामं मी रद्द केली होती. तरीही फरश्या बसवलेले ते नऊ मजले उतरून मी फ्लिन्डर्स स्ट्रीटवर जाणारी ट्रेन पकडली.

खरंतर मला सकाळच्या या वेळी ट्रेन पकडायची सवय नव्हती. ती बऱ्यापैकी रिकामी होती. नॉर्थ मेलबोर्नमधून टॉकलँड स्टेडियम मागं टाकत नदीच्या काठानं हळूहळू जात असताना खूप शांत वाटत होतं.

कोरड्या पडलेल्या खाडीच्या पात्रातून जाताना, जुन्या गोदामांमधून सरकताना, बेलॅर रोडपासून रेल्वे लाइन वेगळी करणाऱ्या, स्टीलचा टेकू दिलेल्या विटांच्या भिंतींना समांतर धावताना ती जल्लोष करत जात होती. खरंतर ती भिंत रेल्वेच्या समांतर रुळांवर पडल्यावाचून राहू शकेल, यावर माझा विश्वास नव्हता; पण तरीही ती उभीच होती. पंधरा फूट उंचीची, फुगवटा आलेली अन् तरीही स्थिर; आपल्या गुलाबीसर पृष्ठभागावर सकाळचा सूर्य घेत! माझ्या छातीत एकदम काहीतरी हळुवार हालचाल झाली आणि मी दिवसातला पहिला मनमोकळा श्वास घेतला. 'हे हास्यास्पद उपचार जे काही असतील, ते असू देत. तू घरी जा आणि तुझं घर नीट आवर.'

निकोलाचा बिछाना, पलंगपोस आदल्या रात्रीच्या गोंधळामुळे तसाच वेडावाकडा पसरलेला होता. मी ते ओले पलंगपोस ओढून काढले. पलंगाच्या तळातून गादी हुसकून काढली आणि ऊन अन् हवेसाठी उघड्या दाराशी टेकवून उभी केली. मी पाठीमागच्या अंगणात धुण्याचा पहिला हप्ता वाळत घालत होते, तेव्हा इव्हाने बागेतून मला हाक मारली. घेवड्यांच्या वेलांच्या रांगांमधून कुंपणाच्या मधल्या सापटीच्या दिशेने मी जात असतानाच तिनं मोठ्या, भसाड्या आवाजात मला ओरडून सांगितलं, "माझ्याजवळ येऊ नकोस. आम्हाला सगळ्यांनाच भयंकर सर्दी झाली आहे."

"काय? मिचलादेखील?" कधीही आजारपण न येण्याबद्दल तिचा नवरा प्रसिद्ध होता.

"हो, आम्हाला सगळ्यांनाच. हगीजच्या पाळणाघरात सगळ्यांनाच सर्दी झाली आहे. मी मुलांना तुझ्या घरापासून लांब ठेवत होते, पण बेसी सतत तुझी खूप आठवण काढते. आत्ताही ती टी. व्ही.समोर रडतेच आहे. आमच्याकडचे खाद्यपदार्थही संपत आले आहेत."

आत्मसंयमी असणारी इव्हा रात्रीच्या कपड्यांमध्ये अनवाणीच गिनीपिग्ज ठेवलेल्या पिंजऱ्याशेजारी उभी होती. तिच्या खांद्यावर डोकं ठेवून हगीज झोपला होता. त्यानं त्याच्या तोंडावर आलेल्या केसांमधून आपला चेहरा वर केला. तो अगदीच कोमेजलेला, निस्तेज होता. बिच्चारी पोरं!

मी गाडी काढली, वस्तू खरेदी केल्या, पैसे चुकते केले. खाद्यपदार्थांनी भरलेले

पुठ्ठ्याचे खोके मी इव्हाच्या घराच्या पायरीवर नेऊन ठेवले. मी बाहेर येऊन तिच्या घराचं फाटक बंद करेपर्यंत ती जाळीचंही दार उघडणार नव्हती.

माझ्या स्वयंपाकघरातल्या बशा त्यांच्या तारेच्या मांडणीमध्ये लवकरच निथळत बसल्या. बाकाचा पृष्ठभाग चकाकू लागला. मंद-गोडसर सुगंध पसरवत टेबलावरच्या चादरी घड्या घालून पडल्या. गडबड, गोंधळ उडवणाऱ्या आणि दिवे लावून काम कराव्या लागणाऱ्या आणखी एका रात्रीसाठी स्वत:ला तयार करण्यासाठी मी एक छानशी झोप काढली. नंतर मी डाशीचं सूप, टोफू आणि नूडल्स बनवण्यासाठी सगळी तयारी करून ठेवली. वा! किती कार्यक्षम होते मी!

पाच वाजता निकोलानं मला फोन करून खूपच आनंदी स्वरात त्या दिवशीचे उपचार संपल्याचं सांगितलं. मी तिला देऊ केलेले सारे पर्याय तिनं खोडून काढले. ती टॅक्सीने घरी येणार होती. दाराच्या दिशेला तोंड करून सोफ्यावर बसल्या-बसल्या मी तिची वाट पाहू लागले.

सहाच्या सुमारास पुढच्या दाराशी मोठ्या कष्टानं, खटपटीनं किल्ली फिरविली गेली आणि दार उघडून एक आकृती पाय घासत दिवाणखान्यात दाखल झाली. तिचे खांदे वाकलेले होते, गुडघे लटकत होते. तिचं डोकं खांद्यावर टेकवलेलं होतं. बाप रे! त्यांनी काय करून ठेवलं होतं? मी ताडकन उठून उभी राहिले; पण मी जेव्हा तिला स्वयंपाकघराच्या उजेडात पाहिलं, तेव्हा तिच्या चेहऱ्यावर तेच भयानक हसू होतं आणि 'आत्ता मला काहीही विचारू नकोस' असं दर्शवणारा कंटाळवाणा अन् थकलेला भाव होता.

"कुठंही थांबणं नाही." ती तोंडातल्या तोंडात काहीतरी पुटपुटली. बाकाचा कोपरा दोन्ही हातांनी पकडत ती म्हणाली, "आता सरळ अंथरुणावर."

"मी एका मिनिटात तुझ्यासाठी काही खायला आणू का? घोटभर सूप?" तिनं नकारार्थी मान हालवली. तिच्या त्वचेच्या दिसणाऱ्या प्रत्येक भागावर घामाचे थेंब चमकत होते; पण तरीही तिनं तिचं हसू चेहऱ्यावर चिकटवून ठेवलं होतं. तिचे डोळे वर कपाळात गेले होते. ती वळली आणि मोठ्या कष्टानं कशीबशी पावलं टाकत तिच्या खोलीत गेली. मला धाडकन खिडकी आपटल्याचा आवाज आला.

मी किटलीभर पाणी उकळलं आणि गरम पाण्याची बाटली भरून कापडात गुंडाळून घेतली. तिचं दार बंद होतं. मी दारा वाजवून आत जायला हवं होतं का?

मी दार उघडून आत गेले. ती पलंगावर कपडे न बदलता तशीच डोळे बंद करून पडली होती. मावळतीच्या सूर्याची किरणं पलीकडच्या दाराशेजारच्या भिंतीवरून परावर्तित होती, त्यामुळे खोलीत आरामदायी वाटत नव्हतं.

"कसला वास येतो आहे गं?" डोळे न उघडताच तिनं विचारलं, "माझा वास येतो आहे का हा?"

"मला कसलाही वास येत नाही." मी गरम पाण्याची बाटली तिच्या शेजारी ठेवली.

"काहीतरी मजेशीर वास येतो आहे हा. धन्यवाद!"

मी जरा हुंगून पाहिलं. खिडकी बंद असल्यामुळे पावसात लोक भिजल्यावर येतो, तसा वास येत होता. मी खाली वाकून गुडघ्यांवर बसले आणि त्या इराणी गोधडीचा वास घेतला.

"हा नक्कीच त्या गालिच्यासाठी वापरलेल्या रंगांचा वास असेल. काढून टाकू का तो इथून मी?"

तिनं काहीच उत्तर दिलं नाही. मी तो गुंडाळून व्हरांड्यात ढकलून दिला. पडद्याची दोरी ओढून खोलीत अंधार केला. तरीही ती काहीच बोलली नाही. तिच्या श्वासाची लय वाढत होती. तिनं एका दीर्घ श्वासाद्वारे छाती भरून हवा घेतली आणि तिचे दात कडकड वाजायला लागले.

"निकोला, मी काय करायला हवं, अशी तुझी इच्छा आहे?"

"झोप... झोप हवी आहे मला. तू जा बाहेर... धन्यवाद!"

तिचे बूट काढावेत, तिच्या अंगावर सुती गोधडी पांघरावी अशी मला तीव्र इच्छा झाली; पण तिला स्पर्श करण्याची मला भीती वाटत होती. मला तिच्या अशक्तपणाची, तिच्या इच्छेची भीती वाटत होती. म्हणून मग मी तिच्या खोलीतून बाहेर पडले आणि माझ्या खोलीत येऊन दार लावून घेतलं.

~

रात्री निकोलाला परत घाम आला. तिला पोटात आणि खांद्यांमध्ये वेदना होत होत्या. प्रत्येक वेळी तिची हालचाल जाणवली की, मी काही न बोलता तिच्या खोलीत जात होते. ती माझ्याकडे पाहून हसण्याचा प्रयत्न करत होती. काही त्रास होत नाही, हे दाखविण्याचाही.

त्या दिवसाची शेवटची डायजेसिक देणं, एवढी एकच मदत मी तिला करू शकत होते. गुलाबी रंगाची नक्षी असणाऱ्या चायना जगमध्ये मी पाणी घेऊन आले. माझ्याकडच्या सगळ्यात सुंदर ग्लासमध्ये मी तिला पाणी ओतून दिलं. तिला सोबत म्हणून मीही पाणी प्यायले. शिरेतून दिलेल्या व्हिटॅमिन सीने तिच्या पाठीचा कणा खिळखिळा करून टाकला होता. ती सरळ, ताठपणे बसू शकत नव्हती. मी तिचे कपडे बदलून तिला दुसऱ्या कपड्यांमध्ये लपेटलं. पलंगावर दुसरा पलंगपोस घातला. रात्रभर मी तिचे पलंगपोस पुन:पुन्हा बदलत राहिले. मी काम करत असताना ती कोपऱ्यातल्या खुर्चीवर आपले दोन्ही खरचटलेले हात मांडीवर दुमडून डोकं पुढं झुकवून बसून राहिली.

शेवटी तिला एकदाची शांत झोप लागली. मी दबक्या पावलांनी माझ्या अंथरुणात शिरले. घर अगदी शांत होतं.

~

सकाळी थकलेली मी नाश्ता बनवत असताना ती स्वयंपाकघरात आली. ती खूप गळून गेल्यासारखी अन् संथ चालत होती; पण तिची मान ताठ होती. तिचं चमकदार हास्य पुन्हा आपल्या जागी आलं होतं. तिथल्या स्टुलावर बसून तिनं मुकाट्यानं योगर्ट आणि फळांची बशी हातात घेतली आणि अगदी छोटे-छोटे घास घ्यायला लागली.

"अगं..." मी तिला म्हटलं, "तुला त्रास होतो आहे, हे तू त्या दवाखान्याच्या लोकांना सांगितलं आहेस का?"

आश्चर्यचकित नजरेनं माझ्याकडे पाहत अतिशय कंटाळलेल्या स्वरात ती मला म्हणाली, "अगं राणी, ते माझ्या कर्करोगावर उपचार करताहेत; वेदना तर होणारच ना! त्यांचा माझ्या वेदनांशी काहीच संबंध नाही."

मी सिंककडे वळले आणि माझे रबरी मोजे चढविले.

"काल रात्रीबद्दल मला माफ कर." उल्हसित स्वरात ती पुढे म्हणाली, "हे सर्व झालं व्हिटॅमिन सीमुळे. त्याच्यामुळेच वेदनाही होत आहेत. माझ्या शरीरातून ते कर्करोग पिळून काढत आहेत."

मी तशीच तिच्याकडे पाठ करून उभी राहिले आणि डिशवॉशरमध्ये काटे-चमचे, सुऱ्या वगैरे टाकून दिलं.

"पण तरीसुद्धा" मी तिला म्हटलं, "तुला मिळते आहे त्यापेक्षा जास्त झोपेची तुला आवश्यकता आहे. मला तर असं वाटतं की, तू एखाद्या जनरल प्रॅक्टिशनरला दाखवावंस आणि त्याच्याकडून डायजेसिकपेक्षा अधिक परिणामकारक गोळी लिहून घ्यावीस."

तिनं तिच्या हातातला चमचा खाली ठेवला. "हेलन," ती म्हणाली, "अगं मला व्हिटॅमिन सीवर विश्वास ठेवावाच लागेल. पुढच्या आठवड्याच्या मध्यापर्यंत मी एकदम टुणटुणीत झालेली असेन. खरंतर तूपण त्यावर विश्वास ठेवावास, असं मला वाटतं."

या क्षणापर्यंत मी माझं लक्ष साध्या-साध्या इतर कामांमध्ये गुंतवून ठेवून तिला प्रश्न विचारण्याचं टाळलं होतं. या खोटेपणाला कंटाळून मी आता सत्याचा एक श्वास घेतला. नाखुशीनं मान डोलावली. मग माझी नजर खाली वळवून मी काट्याचं टोक खरवडायला लागले. ठीक आहे. तो गुरुवार होता. तिला दिवसाआड शिरेतून व्हिटॅमिन सी घ्यावं लागणार होतं. 'आज तिची ही सदिच्छेपोटी सुरू

असलेली मूर्खासारखी बडबड चालली आहे. तो ओझोन... ते कप... पण शुक्रवारची रात्र ही आणखी एक भयंकर रात्र असणार आहे. मला थोडं चतुरपणे काम करायला हवं.'

~

मी तिला थिओडोर इन्स्टिट्यूटमध्ये सोडलं आणि मग नदीच्या कडेकडेनं गाडी चालवत राहिले. मग तिथून लिओकडे गेले. 'कदाचित तो त्याच्या रुग्णांना तपासत असताना मी त्याला गाठू शकेन.' मी त्याच्या घराचं दार वाजवलं. फरशीवर कुत्र्यानं नखं घासल्याचा आवाज आतून आला. लिओनं दार उघडलं. मला बघून तो आश्चर्यचकित झाला. त्यानं एकदा त्याच्या हातातल्या घड्याळावर आणि मग माझ्या पाठीमागं असणाऱ्या फाटकाकडे नजर टाकली.

"मी लगेचच जाणार आहे. मला फक्त तुला डायजेसिकबद्दल विचारायचं होतं."

"ती काय फक्त तेवढीच औषधं घेते?" त्यानं एक दीर्घ श्वास घेऊन विचारलं, "त्रास होणाऱ्या रात्री?"

मी होकारार्थी मान हालविली. माझ्या घशात आवंढा दाटून आला. मी तो गिळून टाकत त्याला विचारलं, "मी काय करू?"

"डायजेसिक आता जास्त परिणामकारक ठरणार नाही. दिवसातून जास्तीत जास्त या आठच गोळ्या घेता येऊ शकतात. पॅन्डेन फोर्ट कदाचित बरी राहील किंवा मॉर्फिन, पण अनोळखी रुग्णाला कोणताही जनरल प्रॅक्टिशनर मॉर्फिन देणार नाही. तू तिच्या सिडनीतल्या कर्करोगतज्ज्ञाशी संपर्क साध. ते तिच्यासाठी फॅक्स पाठवू शकतील का, असं विचारायला संकोचू नकोस. कर्करोगतज्ज्ञांना अशा गोष्टींची सवय असते."

"पण मी असं करणं नैतिकदृष्ट्या योग्य आहे का?"

"तिच्यामुळे तुझ्यावर खूपच ताण पडतो आहे. त्यामुळे तू कुठूनतरी मदत मिळविणं, हे तुझ्यासाठी अगदी योग्य आहे."

फाटक उघडल्याचा आवाज झाला. बिझिनेस सूट आणि उंच टाचांचे बूट घातलेली एक स्त्री आत आली. मी मागं सरकले. लिओनं तिच्याकडे पाहून स्मितहास्य केलं आणि तिला अदबीनं उघडलेल्या दाराकडे जाण्याचा इशारा केला. माझ्या शेजारून जाताना तिनं माझ्याकडे पाहिलंही नाही. तिची वागणूक एकदम अनुकरणीय होती, पण आत्ता मला तिचा राग आला. मला तिला ओरडून सांगावसं वाटलं की, 'मी रुग्ण नाही!' ती उंबरठा ओलांडून दिवाणखान्यात अदृश्य झाली. मी निघण्यासाठी वळले.

लिओनं माझ्या खांद्यावर हात ठेवला, ''हेलन, तू जर अशी बावरून जाणार असशील, तर तुझा निकोलाला काहीही उपयोग होणार नाही. तुला जर हे दिव्य पार पाडायचं असेल, तर तू मदतगटाच्या लोकांना भेटून त्यांची मदत का घेत नाहीस? ते रोज तुमच्या घरी येतात. मला माहिती आहे की, हे ऐकायला फारच विचित्र वाटतं आहे; पण उद्या शुक्रवार आहे. तुमची जर तयारी नसेल, तर हे सुटीचे दिवस फार वाईट जाऊ शकतात.''

मी माझ्या गाडीजवळ आले. काम करत असताना त्यानं त्याच्या कुत्र्याला कुठे ठेवलं होतं? त्याच्या स्वयंपाकघरात कुत्र्याला झोपण्यासाठी एखादी बीनबॅग होती का? चघळायला एखादं हाड? त्याच्या पाण्यासाठी उथळ वाडगा? आनंद म्हणजे काय? कुत्रीपण आनंदी राहत असतील का? कुत्र्यांनी आनंदी राहणं अपेक्षित आहे का? कदाचित आनंदी राहण्याच्या जबाबदारीवर विश्वास असणं, ही आजपर्यंतची सगळ्यात मूर्ख कल्पना असावी.

~

त्या दिवशी निकोला खूपच शांत आणि उल्हसित अवस्थेत घरी आली. तिच्या वेदनांविषयी ना ती काही बोलली, ना मी. तिनं थोडा वेळ तिच्या खोलीत विश्रांती घेतली. नंतर आम्ही बातम्या बघितल्या, व्हरांड्यात बसून रात्रीचं जेवण केलं. छताच्या विरुद्ध दिशेला घेवड्याच्या वेली ओळीत उभ्या होत्या. त्यांचा हिरवा रंग सुखावणारा होता. आकाशात सूर्यास्तापूर्वीची लाली पसरली होती. थोड्या वेळानं अंधारून आलं. शेजारच्यांच्या नारळाच्या झाडावर बाणासारखे झेपावणारे लॉरीकीट्स बघून आम्हा दोघींना कुकाबरा पक्ष्यांची आठवण झाली, ज्यांच्यापैकी एकानं एक दिवस निकोलाच्या घरी, तिच्या जेवणाच्या टेबलावर झडप घालून महागड्या डॅनिश लोण्याचा मुठीइतका मोठा तुकडा चोचीत उचलला होता आणि उडून एका उंच फांदीवर जाऊन बसला होता. थोड्या वेळानं तो हावरट पक्षी टाकीजवळच्या झाडीमध्ये दिसला. आश्चर्याने आ वासल्यासारखी त्याची चोच उघडी होती. त्या वेळी तो एखाद्या दारूच्या गुत्त्याबाहेर उभ्या असणाऱ्या दारूड्यासारखा दिसत होता.

''मी माझा 'युके' बरोबर आणायला हवा होता.'' हसता-हसता डोळ्यात आलेलं पाणी बोटांनी निपटत ती म्हणाली, ''मला तर आत्ता आपण शेवटचं कधी खेळलो होतो, तेही आठवत नाही.''

''किती दिवसांपासून घरी गेलेली नाहीस?''

''दिवस? कित्येक महिने झाले. किरणोपचारांसाठी सेंट व्हिन्सेंट जवळ पडावं म्हणून मला आयरिसकडेच राहावं लागलं आणि मी स्वत: टेकडीवर चढून जाईन, इतकं त्राण माझ्यात राहिलेलं नाही.''

सिडनीच्या उत्तरेकडच्या किनाऱ्यावर एका टेकडीवजा जागेवर निकोला राहायची. त्या ठिकाणी फक्त बोटीनेच ये-जा करता येत असे. कित्येक वर्षं तिनं पाम बीच धक्का ते तिच्या घराखालची उतरायची जागा अशी ये-जा केली होती. हवा छान असली की, चक्कर मारायला दहा मिनिटं लागत. मी माझ्या गाडीने पाम बीचला उतरले की, ती मला तिथून घेऊन जायला यायची. पांढऱ्या शिडीवरून ती मला आणि माझं इतर सामान उचलायची. दोरीला एक हिसका देऊन ती तिच्या 'टिनी'च्या आउटबोर्डला आवाज करायला लावायची आणि झूऽऽम... आम्ही सफरीवर निघायचो. होडीचं सुकाणू हातात धरून ती एखाद्या सरदारणीसारखी दिमाखदार ताठ्यात बसायची. वाऱ्यानं तिचे सैल कपडे एखाद्या फुग्यासारखे फुगत, तिचे चंदेरी केस कपाळावर भुरभुरत असत.

तिच्या व्यावहारिक आणि विनोदबुद्धी असणाऱ्या हुकमतीखाली, पाण्याच्या पृष्ठभागापासून तिच्या त्या ओसाड, उभ्या चढणीवरच्या घरापर्यंत बॅगा ओढून नेत मी सुरक्षित असायची. तिच्या राज्यात मी तिचा आदर करत असे. तिच्या आज्ञांचं पालन करत असे. तिला गोचिडी, जळवा, साप अशा प्राण्यांबद्दल खूप माहिती होती. त्याचबरोबर तिला पक्ष्यांची नावं, त्यांच्या सवयी, चंद्राची स्थिती, पाणी कसं वाचवावं, बाहेर कुठे आग लागल्यास कशी विझवावी अशा सगळ्या गोष्टींचं ज्ञान होतं. ती वयानं मोठी होती. उंच, धैर्यशील आणि खूप स्वतंत्र विचारांची होती ती. तिनं एकटं जगायला शिकून घेतलं होतं.

मी जेव्हा पहिल्यांदा आठवड्यातल्या सुट्टीच्या दिवशी तिच्याकडे राहायला गेले होते, तेव्हा तिनं तिच्या लाकडी घराच्या पाठीमागं असणारा कातळ कुरींगई वेजपर्यंत चढून जाण्याची माझ्याबरोबर पैज लावली.

खुरट्या झाडा-झुडपांनी आच्छादलेल्या त्या रस्त्यानं चडफडत, शिव्याशाप देत, स्वत:ला फरफटवत आम्ही दोघी कुरूप, ओंगळवाण्या, अजागळ म्हाताऱ्या कपाऱ्यांमध्ये नखं रोवत-रोवत कशाबशा टोकाला पोहोचलो. त्याच वेळी त्याच रस्त्यावरून गावातलं एक फिकट रंगाचं, स्वच्छ, कडक इस्त्री केलेले खेळाचे कपडे घातलेलं तरुण जोडपं दुडक्या चालीनं तिथं पोहोचलं. उरलेली सगळी दुपार आम्ही आमच्या अंथरुणावर प्रसिद्ध साहित्याचं वाचन करत, त्यावर एकमेकींना स्तुतीचं किंवा टीकेचं भाष्य ऐकवत पडून राहिलो.

त्या दिवशी रात्री आम्ही दोघी 'स्टोली'ची बाटली घेऊन खाली धक्क्यावर जाऊन बसलो. तिथं आम्ही अंधारात आपापली जाकिटं घालून बसलेलो असताना आमच्यात एक लांबलचक संभाषण सुरू झालं, ज्यातून आमची मैत्री जुळली.

तिनं मला हमिशबद्दल – आजपर्यंतच्या आयुष्यात ती ज्या पुरुषाबरोबर राहिली, ज्याच्या मुलांवर तिनं प्रेम केलं आणि आजही ज्यांच्याबरोबर ती संपर्क ठेवून होती;

पण जो तिच्याशी दुष्टपणानं वागला होता, त्याच्याबद्दल – सांगितलं. तो प्राचीन युगातला असावा असा एक माणूस होता. ती जेव्हा वेगवेगळ्या आम्लांवर काम करत होती आणि त्या पर्जन्यारण्यांमध्ये तिची शक्ती संपत आली होती, तेव्हा कुठूनतरी अज्ञातातून तो आला होता आणि उपासमारीनं मरण्यापासून त्यानं तिला वाचविलं होतं.

ती जेव्हा सात वर्षांची होती... ती बोलत होती... "आमच्य शेजारी राहणारा विशीतला एक तरुण एका दुपारी मी अंगणात खेळत असताना कुंपणावरून उडी मारून आला होता... नंतर तो पळून गेला... स्वत:ला कसंबसं सावरून उठत मी पाठीमागच्या पायऱ्यांवर एकदम वर जाऊन लपून बसले.... गडद अंधार पडेपर्यंत मी तिथंच बसून राहिले... माझ्या आईनं आणि बहिणीनं मारलेल्या हाका मला ऐकू येत होत्या. मला माहीत होतं की, जे झालं होतं, ते मी कोणालाही कधीच सांगू शकणार नव्हते आणि मी सांगितलंही नाही."

मला तोपर्यंत अर्धवट नशा चढली होती. मी तिला म्हटलं, "रानटी पशू! अजूनही जिवंत आहे का तो?"

तिनं 'काय माहीत' असं दर्शवायला खांदे उडविले.

"तुला त्याला शोधून काढून बुकलून काढावंसं वाटत नाही का? मी मदत करेन तुला. आपण निवडणुकांच्या याद्यांमधून त्याला शोधून काढू."

तिनं एक तुच्छतादर्शक स्मित केलं. आम्ही त्या जुन्या लाकडी धक्क्यावर वाकून बसलो होतो. डोलकाठी हेलकावत होती. त्या आतल्या बाजूला घुसलेल्या काळ्या, अस्थिर पाण्यावर ती सांगायची त्या एका कवितेच्या वर्णनाप्रमाणे बोटीच्या दिव्यांमुळे प्रकाशाच्या बश्यांची चवड निर्माण होत होती.

आत्ता आम्ही माझ्या घरापलीकडच्या व्हरांड्यात बसलेलो असताना ती म्हणाली, "थिओडोरमधले उपचार संपले की, मी लगेचच माझ्या घरी जाणार आहे. आता मी आणखी थांबू शकत नाही; पण आउटबोर्डवरची बोट सुरू करणारी दोरी खेचण्याइतकी शक्तीच माझ्यामध्ये नाहीये."

"फक्त बटण दाबून सुरू करता येणारे स्वयंचलित स्टार्टर्स का घेत नाहीस तू?"

"ते फक्त तीस किंवा त्यापेक्षा जास्त अश्वशक्तीचे स्टार्टर्स बनवतात. माझ्या 'टिनी'ला जर तीस अश्वशक्तीचा स्टार्टर बसवला, तर ती एकदम उभीच होईल!"

आम्ही बाकावर अजून थोडा वेळ तशाच बसून राहिलो. ती मला ज्या पद्धतीनं हसवत असे, त्यामुळे मला ती खूप भावायची. मला माहिती असणाऱ्या, स्वत:ला कमीत कमी महत्त्व देणाऱ्या मोजक्याच लोकांपैकी ती एक होती. खूप प्रेमळ! तिच्याशिवाय असणाऱ्या जगाची मी कल्पनाही करू शकत नव्हते. ती कदाचित हे

मान्य करणार नाही, पण आता तिचं घर तिच्या आवाक्यापलीकडचं झालं होतं. कोणीतरी तिला पाठंगुळी घेऊन गेल्याशिवाय ती कधीच घरी जाऊ शकणार नव्हती!

पुढच्या आठवड्यात एकदा तिच्या उपचारांचं वेळापत्रक नीट मार्गी लागलं असतं की, मग आम्ही जाऊ शकू अशा सिनेमाबद्दल आम्ही आमची खरकटी ताटं तशीच पायापाशी ठेवून बोलत बसलो. व्हिस्टेरियाच्या कुंपणाच्या पाठीमागच्या बाजूला असणाऱ्या टॅम्पोलिनवर उड्या मारत हद्दपार करण्यात आलेली बेसी, खिन्न स्वरात गाणं म्हणत होती. ते तिला लागणाऱ्या खोकल्याच्या ढासेमुळे तुकड्या-तुकड्यांत विखुरलेलं होतं. ते आम्हाला ऐकूच आलं नाही, असं आम्ही एकमेकींना भासवत होतो.

त्या रात्री आम्ही लवकरच झोपायला गेलो. मला थोडा-थोडा वेळ डुलकी लागत होती. अपयश आणि निराशेची गोंधळून टाकणारी स्वप्नं माझी झोपमोड करत होती. शेवटी मी सहा वाजता उठले. स्वयंपाकघरात जाऊन खिडकीच्या वरच्या झडपा उघडायला गेले, तेव्हा कशालातरी अडखळून मी जवळजवळ पडणारच होते. गुडघ्यांना दोन्ही हातांचा विळखा घालून, मागे-पुढे झुलत ती खाली जमिनीवर बसली होती. मी जेव्हा तिच्या खोलीत गेले, तेव्हा तिथं मला ओल्या पलंगपोसांच्या पिळ्यांचा पसारा पडलेला दिसला.

"मला तुझी झोपमोड करायची नव्हती." ती म्हणाली, "आऽऽई गं.. देवा रे! मी या वेदनांना खूपच कंटाळले आहे."

आम्ही दोघीही काहीही न बोलता कामाला लागलो. मी तिला धरून उभं केलं. अंघोळ घालून, अंग कोरडं करून तिला कोचावर बसवलं. खिडक्या उघडून टाकल्या आणि तिच्या अंगाभोवती रग गुंडाळला. तिचा चेहरा पांढराफटक पडला होता.

"आत्ता कुठं दुखतं आहे, हे सांगू शकशील का?"

"इथं... मान.. खांदे... झोपेत कुशीवर वळताना बहुतेक एखादा स्नायू दुखावला गेला असेल."

"रात्री तू काय घेतलंस?"

"डायजेसिक. दोनच गोळ्या उरल्या होत्या माझ्याकडे. संपल्या आता त्या गोळ्या."

"बरं, ठीक आहे. आज आपण तुझ्यासाठी काही योग्य वेदनाशामक गोळ्या घेऊन येणार आहोत."

मोठ्या मुश्किलीनं तिनं गुडघा उचलला. "सिडनीतल्या दवाखान्यात त्यांनी

मला जरा कमी क्षमतेचं मॉर्फिन लिहून दिलं होतं.''

''हं, हे छानच झालं की! तू दवाखान्यात गेलीस की, मी तो कागद घेऊन केमिस्टकडे जाईन.''

''ते ठीक आहे... पण... हेल... माझा तो कागद आयरिसकडेच राहिला आहे.'' तिनं माझ्याकडे ओशाळवाणं हसत पाहिलं.

मी बहुधा माझं वासलेलं तोंड बंद करू शकले नाही. मी आवंढा गिळला. ''मी तिला आजच इ-मेल पाठवते आणि तिला तो कागद पोस्टानं इकडं पाठवायला सांगते.''

ती एकदम बसल्या जागी ताठ झाली. ''तुला तिचा इ-मेलचा पत्ता कसा मिळाला? तुम्ही दोघींनी एकमेकींना त्रास दिलेला मला नको आहे.''

''काऽऽय? ठीक आहे. मग तू सिडनीच्या तुझ्या कर्करोगतज्ज्ञांना फोन कर. त्यांना तुला इथं मॉर्फिन मिळवून देण्याची व्यवस्था करायला सांग.''

''च्... च्... डार्लिंग, अगं असं नाही करता येणार. मी नाही त्यांना फोन करू शकत. अर्थात, त्या तिथं नसतीलही म्हणा. आठवड्यातले तीन दिवस त्या विद्यापीठामध्ये शिकवायला जातात.''

''निकोला, विद्यापीठांमध्ये फोन असतात.''

''अंहं! नाही. मी नाही त्यांना त्रास देणार.''

''त्यांना त्रास देणार नाहीस?'' माझा आवाज आता टिपेला पोहोचला होता. ''तू त्यांची रुग्ण आहेस. ते त्यांचं कामच आहे. तुला वेदना होऊ नयेत हे बघणं, हे त्यांचं कर्तव्यच आहे.''

तिनं आपली मान दुसरीकडे वळवली आणि ती खिडकीबाहेर पाहू लागली. मी हातात बशा पुसायचं फडकं तसंच धरून वाट बघत बाकावर बसून राहिले. एका चुटकीसरशी तिनं आपल्या उच्च कुलीन घरंदाजपणानं विषय बदलला.

''हेलन, तुला आज मला गावात सोडायला यायची गरज नाही. धन्यवाद! मी आज ट्रेननं जाईन.''

मी संतापून माझ्या हातातलं फडकं जोरजोरानं पिळलं आणि सिंकमध्ये फेकलं. ''काय म्हणते आहे मी?'' भुवया उंचावून मान कलती केलेली – अशी किती निरागस दिसत होती ती!

''तू मला अशी का अडवते आहेस? अगं, एखादी वेदनाशामक गोळी तुझ्याजवळ असणं गरजेचं आहे. तू जरी लगेच त्या गोळ्या घेतल्या नाहीस, तरी आपल्याला त्या घरात ठेवायला हव्यात.''

''हेल,'' मोठेपणाचा आव आणून हेल काढत ती म्हणाली, ''हा त्या व्हिटॅमिन सीच्या उपचारांचाच एक भाग आहे. हे तर फक्त विषारी....''

मी तिला मध्येच अडवत म्हटलं, "मी काही माझ्या त्रासाबद्दल बोलत नाहीये. काम करताना मला आनंदच होतो आहे. मला ते करायचंही आहे; पण तू जेव्हा अशी वेदनांनी तळमळत असतेस आणि तुझ्याकडे त्या कमी करण्यासाठी एखादीही गोळी नसते, तेव्हा त्याची मला भीती वाटते. मला वाटतं, आपण एखाद्या मदतगटाच्या लोकांशी बोलू या. जर आपल्याला कधी गरज पडलीच, तर त्यांना निदान आपण आहोत, हे तरी माहीत असेल ना?"

तिनं तिचे दोन्ही हात उंचावले, "नाऽऽही! मला मदतगटाच्या लोकांशी काहीच देणं-घेणं नाहीये."

"अगं, पण का?" उत्तर माहीत असतानादेखील मी पडेल स्वरात तिला विचारलं.

"कारण ही मृत्यूपूर्वी करण्याची शेवटची गोष्ट आहे."

खोलीत तो शब्द उमटला होता! मी तिला तो उच्चारायला भाग पाडलं होतं. फिकट जांभळ्या रंगाच्या सोफ्यावर बसून स्वत:ची भीती लपविण्यासाठी झगडताना तिला पाहिल्यावर माझ्या हृदयात दया, प्रेम आणि चीड अशा संमिश्र भावना एकवटल्या.

"हे बघ," मलाच अनोळखी वाटणाऱ्या स्वरात मी तिला म्हटलं, "तू माझ्या घरी आली आहेस. तू मला तुझी तीन आठवडे काळजी घ्यायला सांगितलं आहेस. मी ती घेईनच, कारण तू माझी मैत्रीण आहेस. माझं तुझ्यावर प्रेम आहे; पण... पण हे सगळं मी एकटी नाही करू शकत निकोला. अजून पहिला आठवडाही संपलेला नाही आणि मी खूप थकून गेले आहे. कोणाचीतरी मदत मिळविण्यासाठी तू मला मदत करायला हवी आहेस."

तिचे डोळे पांढरे झाले होते. "मला इथं तुझ्याशिवाय कोणीही नको आहे."

"ठीक आहे. मग निदान आपण औषधं तरी सुरू करू या. तुला जर माझ्या डॉक्टरांना भेटायचं नसेल, तर मग आपण 'थिओडोर'च्या लोकांना गावातला एखादा डॉक्टर सुचवायला सांगू या आणि हे आजच्या आजच करू."

मी कंपोस्ट खताची रिकामी बादली उचलली आणि नळाखाली भिरकावली. जोरानं आवाज करत त्यात पाणी पडू लागलं. माझ्या शेजारच्या खिडकीमध्ये एक छोटी फुलदाणी ठेवलेली होती. यापूर्वी त्या फुलदाणीचा लालभडक रंग माझ्या लक्षात आला नव्हता. खरंतर त्या रंगाकडे पाहून मी ती वस्तू घेईन, असा तो रंग नव्हता. ती मला कोणीतरी दिलेली असणार होती. मी जेव्हा मागं वळले, तेव्हा निकोला कोचाशेजारी उभी होती. तिनं मान वर करून माझ्याकडे रोखून पाहिलं. तिचे डोळे गडद तपकिरी रंगाचे होते, हे मी विसरून गेले होते. तिच्या चेहऱ्यावर शांत, गंभीर भाव होते.

"मला माफ कर हेलन," ती म्हणाली, "मी दहा मिनिटांत तयार होते."

त्या दिवशी सकाळी कोलेटला सामोरं जाण्याबाबतीत माझा स्वत:वरच भरवसा नव्हता. जनरल प्रॅक्टिशनरबद्दल विचारायला निकोला जेव्हा लिफ्टनं वर गेली, तेव्हा मी खालीच रस्त्यावर धूम्रपान करणाऱ्यांबरोबर थांबून राहिले. निकोला दोन डॉक्टरांची नावं घेऊन खाली आली. त्यांचे दवाखाने तिथून पाचच मिनिटांच्या अंतरावर असणाऱ्या बर्क स्ट्रीटवर होते. निकोलाची मान पुढच्या बाजूला झुकलेली होती. ती खूपच कष्टपूर्वक चालत होती. आम्ही हळूहळू चालत ईप्सित स्थळी पोहोचलो. त्या इमारतीच्या पायऱ्या लहान बाळासारख्या एक-दोन, एक-दोन अशा करत चढलो.

आता हा नवीन डॉक्टर कसा असेल? पण जेव्हा त्या डॉक्टरनं प्रतीक्षाकक्षामध्ये येऊन निकोलाचं नाव पुकारलं, तेव्हा मी डॉक्टरला पाहिलं आणि मला आनंद झाला. ती एक रुबाबदार, सडपातळ, चाळिशीतली स्त्री होती. तिनं एक आखूड जाकीट आणि स्कर्ट घातलेला होता. तो तिच्या सडपातळ शरीरयष्टीला शोभून दिसत होता. तिच्या पोटऱ्या आणि घोटे इतके बारीक होते की, तिला तिचे उंच टाचांचे बूट पायांत राहण्यासाठी पाय घासत चालावं लागत होतं. भांडी घासण्याच्या घासणीसारखे तिचे केस कुरळे होते आणि चेहऱ्यावर भयंकर उपरोधानं भरलेलं अस्फुट हसू होतं. ज्याप्रमाणे डॉ. टकी हे निकोलाच्या कल्पनेतले डॉक्टर होते, तशी डॉ. नाओमी कॅपलन माझ्या कल्पनेतली डॉक्टर होती.

मी ठरवून एका लयीत श्वास घेत बसून राहिले आणि निकोला आत गेली. दार बंद झालं. तिथं कमालीची शांतता पसरली होती, जी एकदम डॉक्टरांच्या कोणाशीतरी अधिकारवाणीयुक्त घाईघाईनं बोलण्यानं भंग पावली. मी वाट पाहत बसून राहिले. तिथं ठेवलेलं 'वुमेन्स वीकली' पार मुखपृष्ठापासून मलपृष्ठापर्यंत चाळून झालं. फॅक्स मशिननं इशारा दिला आणि त्याचा भिर्र भिर्र आवाज आला. आतल्या खोलीतून डॉक्टर ताडताड पावलं टाकत स्वागतकक्षामधल्या टेबलापर्यंत आल्या. आलेल्या फॅक्सचा कागद त्यांनी टरकावला आणि त्या परत आपल्या खोलीत अदृश्य झाल्या. मी शांतपणे ते सर्व पाहत होते.

शेवटी एकदाच्या त्या दोघी बाहेर आल्या. निकोलाच्या हातात फोल्डर होतं आणि चेहऱ्यावर मंदसं स्मित होतं, तर डॉक्टरांच्या चेहऱ्यावर स्टीलप्रमाणे चकाकणारं हसू होतं.

"तुम्हीच यांची मैत्रीण आहात का?" डॉ. कॅपलननी मला विचारलं, "तुम्हाला गावातल्या औषधांच्या दुकानात असं ऐन वेळी मॉर्फिन मिळू शकणार नाही. मी

तुम्हाला एपवर्थ इस्पितळात जाण्याचा सल्ला देते. ते तुम्हाला ताबडतोब मॉर्फिन देतील.'' इतकं बोलून त्यांनी निरोपादाखल मान डोलावली आणि आपल्या निमुळत्या टाचेच्या आधारावर त्या वळल्या.

खरंतर मला त्यांच्या मागं धावत जावंसं वाटलं; त्यांचे आभार मानायला आणि माझ्या वागण्याचं समर्थन द्यायला की, 'अहो, यात माझी काहीच चूक नाही. मी तिच्यासारखी नाही. मी समजूतदार... शहाणी... आहे.'

'क्लिक' असा आवाज करून दार बंद झालं. मी बाहेर जाऊन मोकळ्या हवेत उभी राहिले. बाहेर सहन न होण्याइतक्या प्रखरपणे दुनिया जळत होती.

आम्ही दोघींनी कॅफेमध्ये बसून काही भाज्यांचे रस मागवले आणि दोघी जणी शांतपणे खुर्च्यांवर बसून राहिलो. तिनं जेव्हा माझ्याकडे पाहिलं, तेव्हा तिचा चेहरा शिक्षा केल्यासारखा मिटून गेलेला होता. आतल्या खोलीत काय झालं, या बाबतीत मी तिला काहीच विचारलं नाही. दहा वाजता ती थिओडोरमध्ये परत गेली. मी वॉशिंग्टन परेडहून ईस्ट मेलबोर्नची ट्रॅम पकडली.

एपवर्थमधल्या औषधालयाशी लढा द्यायला मी सज्ज होते. जसजशी ट्रॅम फिट्झरॉय गार्डन सोडून पुढे-पुढे जात होती, तसा माझ्यामध्ये एक निरर्थक संताप उसळत होता. मी माझ्या मित्राला, डॅमियनला भेटायला एका प्रसिद्ध इस्पितळात गेले होते, त्या वेळेची मला आठवण झाली. तेव्हा डॅमियन त्याच्या शरीरात वीस वर्षांपासून ठाण मांडलेल्या कर्करोगाच्या शेवटच्या अवस्थेत होता आणि मरणाशी झगडत होता. त्याचं एक हाड मोडलं होतं. ते तो बसवून घेण्याच्या प्रतीक्षेत होता. मी त्याच्या पलंगाशेजारी बसलेले असताना तो एकदम घामानं डबडबला, तळमळू लागला. तेव्हा साडेपाच वाजले होते. त्यानं मला नर्स जिथं बसतात तिथं जाऊन त्यांना त्याला लागणाऱ्या गोळ्यांचा डोस तीस मिनिटांच्या आत देण्याची आठवण करून द्यायला सांगितलं. त्याची टर उडवत मी रमत-गमत काउंटरवर गेले आणि त्याचा तो अनावश्यक निरोप त्यांना दिला. मी खरंतर त्या सगळ्या प्रकाराची चेष्टाच केली; पण तरुण परिचारकाला अपराधीपणाची भावना शिवलीही नव्हती. आपल्या उघड्या तोंडानं श्वास घेत तो म्हणाला, ''खरंतर काय आहे, आता आपल्याला बहुतेक अडचणच निर्माण होणार आहे. कारण ज्या माणसाकडे या कपाटाच्या किल्ल्या असतात, तो दोन तासांपूर्वीच येणं अपेक्षित होतं.''

किल्ल्या? कपाट? हे कोणतं शतक चालू होतं?

ते कोणतं औषध होतं, हे मी त्याला विचारलं. त्यानं नाव सांगितलं. मला आठवलं की, आदल्या रात्री डॅमियनच्या घरी बाथरूममध्ये टूथपेस्ट शोधत असताना मला त्या औषधाची न उघडलेली तीन पाकिटं दिसली होती. ''मला नाही वाटत की...'' परिचारक म्हणाला, ''तुम्ही त्यांच्या घरी जाऊन ती पाकिटं घेऊन येऊ

शकाल.''

डॅमियनचं घर इस्पितळापासून अर्ध्या मैलावर होतं. तिथं टॅक्सी नव्हती. मी पळत सुटले. माझ्या पाठीवर माझी बॅग आपटवत मी त्या अरुंद गल्ल्या पार करत गेले. त्याच्या बायकोनं दार उघडलं. आम्ही ते औषध शोधलं. मी ती पाकिटं उचलली आणि तशीच वळले. सहा वाजून दोन मिनिटांनी मी त्याच्या कक्षामध्ये धापा टाकत शिरले. ''मला दे ते.'' डॅमियन म्हणाला. त्याला ओलांडून मी पुढं गेले आणि नर्सकडे ती पाकिटं फेकली. मी तेव्हा डॅमियनला शेवटचं पाहिलं. आम्ही एकमेकांचा निरोपही घेतला नाही. तीन दिवसांनी डॅमियन गेला.

मी ट्रॅममधून उतरून एपवर्थच्या औषधालयात (फार्मसीत) शिरले. वरपासून खालपर्यंत निळा पेहेराव केलेल्या एका मुलीनं तो कागद घेतला, माझ्यावरून नजर फिरवली आणि मग बेपर्वाईच्या सुरात ती म्हणाली, ''दहा मिनिटं लागतील या सगळ्याला.'' मी तिथं बाकावर बसून राहिले. निकोलाचं नाव पुकारल्यावर मी जाऊन तिथला अर्ज भरल्यावर त्यांनी माझ्या हातात एक पुठ्ठ्याचं खोकं ठेवलं. मी जाऊन परत ब्रिज रोडवर उन्हात ट्रॅमच्या थांब्यावर उभी राहिले. या धावपळीच्या वेगानं चक्करल्यासारखं वाटत होतं.

हा कसला राग होता? मी खरंतर तिच्याशी आणखी प्रेमानं वागायला हवं होतं. मृत्यू हा घाबरवणारा होताच; पण तरीही आता माझ्या बॅगमध्ये मॉर्फिनच्या गोळ्यांचं पाकीट असताना तिच्याशी हळुवारपणे वागण्याची कल्पना बरीच सुसह्य वाटत होती.

त्या रात्री निकोला दवाखान्यातून परत एकदा थंडी आणि अशक्तपणानं थडथडत घरी आली. तिच्या जेवणाचा काही प्रश्नच नव्हता. तिला खरंतर अंघोळीची गरज होती, पण पाण्यात हात घालण्याच्या विचारानंही अंगावर शहारा येत होता. मी तिचं अंथरूण नीट करायला मदत केली आणि ती झोपण्यापूर्वी तिचा चेहरा, मान ओल्या फडक्यानं पुसून घेतली. मग तिचे पायही पुसून घेतले. त्यानंतर तिला एकटंच राहायचं होतं. वास्तविक, निकोला एक अशी व्यक्ती होती, जिला मोकळ्या हवेत झोपायला आवडायचं. ती सदर्न हायलंडमधल्या वसतिगृहात राहत असताना या मुली थंडीत, उन्हाळ्यात उघड्या व्हरांड्यात झोपत होत्या. त्या गोष्टीचा तिला खूप अभिमान वाटायचा. तिच्या पाम बीचच्या पाठीमागे असणाऱ्या घरानं वाहणाऱ्या प्रत्येक झुळकीचं स्वागत केलं होतं. त्या घरातलं तिचं आयुष्य खूप वैभवशाली होतं; पण आत्ता तिला खोलीतली खिडकी घट्ट बंद करून खोली अंधारी आणि कोंदट करून हवी होती.

मी माझ्यासाठी पास्ता करून घेतला आणि टी. व्ही.समोर बसून एकटीच जेवले. बातम्या ऐकता-ऐकता मला मध्येच सोफ्यावर झोप लागून गेली. फोनची रिंग वाजली आणि मी दचकून जागी झाले. धडपडत फोन घ्यायला उठले. एका तरुण स्त्रीनं अतिशय मृदू, पण अधीऱ्या स्वरात निकोलाबद्दल विचारलं.

''तिला आज अगदीच बरं वाटत नाहीये.'' मी तिला सांगितलं. ''तुम्ही उद्या सकाळी फोन कराल का?''

''कृपा करून मला तिच्याशी बोलू द्या.'' पलीकडची ती स्त्री म्हणाली, ''मला आजच कळलं की, ती आजारी आहे. मी हमिशची मुलगी बोलते आहे. मला वाटतं की, ती माझ्याशी नक्की बोलेल. मला तिच्याबरोबर दोन शब्दही बोलता येणार नाहीत का?''

मी कॉर्डलेस घेऊन निकोलाच्या खोलीच्या दारापर्यंत गेले. दिवा लागलेला होता. मला वाटतं की, मी तिचा खाकरण्याचाही आवाज ऐकला.

मी दार उघडून आत गेले आणि फोन तिच्यासमोर धरला, ''हमिशची मुलगी बोलते आहे.''

तिनं तिचा एक हात उंचावून मान नकारार्थी हलविली. मी तिच्याशी काहीतरी थातुर-मातुर बोलून फोन ठेवला.

''परत खांद्यामध्ये दुखतंय.'' निकोला म्हणाली, ''मानपण दुखती आहे आणि पोटात मध्यभागी एक नवीनच वेदना जाणवायला लागली आहे. मला तर भीती वाटते आहे की, आता हे यकृत तर नाही ना?''

मी मॉर्फिनची एक गोळी घेऊन आले. बोटाच्या चिमटीत बटाट्याचे बेफर्स पकडतो, तशी मी ती गोळी चिमटीत तिच्यासमोर धरली. तिनं त्याकडे संशयानं पाहिलं.

''निकोला, ही गोळी घे.''

''मला गोळ्यांच्या अधीन व्हायचं नाहीये.''

''तू काही अधीन वगैरे होणार नाहीस. यानं तुला झोप लागायला मदत होईल.'' मी ग्लासमध्ये पाणी ओतलं.

तिनं तिची मान हलविली. ''आज मी परत व्हिटॅमिन सीचा डोस घेतला आहे. त्यामुळेच माझा खांदा दुखतो आहे. हे सारे विषारी पदार्थ शरीराबाहेर पडण्याचा त्यांचा मार्ग शोधताहेत.''

मी पलंगाशेजारच्या टेबलावर गोळी आणि पाण्याचा ग्लास ठेवला. ''ठीक आहे. मी तुला आणखी काही वेगळं आणून द्यायला हवं आहे का?''

''मला जरा मळमळतंय. घरात एखादं लेमोनेड असेल का?''

मी अंधारात घरासमोरच्या रस्त्यावरून सायकल दामटत दुधाच्या दुकानापर्यंत

गेले. हुश्श! तिथले दिवे अजून सुरू होते!

तिथला तरुण मालक फरशी पुसत होता. रात्री इतक्या उशिरापर्यंत काम करावं लागत असतानाही तो इतकं सौजन्य कसं काय टिकवून ठेवत होता? रजिस्टरशेजारच्या स्टुलावर एक चॉकलेटचा चपटा डबा ठेवला होता. त्यानं आणि त्याच्या बायकोनं त्या दोघांमध्ये टेबलावर पसरून ठेवलेल्या गोळ्या दहा-दहामध्ये एकत्र करून त्या एका कागदावर लावण्यात आणि परत ते सगळं एका कांडीवर अडकवण्यात तासन्‌तास घालवले असतील. मी त्यातली एक कांडी उचलली. फ्रीजच्या दारालगतच्या कप्प्यामधून लेमोनेडची बाटली काढली.

मोकळ्या रस्त्यावरून सायकल चालवताना मी एका हातानं हॅन्डल पकडून दुसऱ्या हातानं त्या गोळ्या तोंडात टाकल्या. समोरच्या बास्केटमध्ये लेमोनेडची बाटली इकडं-तिकडं घरंगळत होती.

तिनं एक ग्लासभर लेमोनेड घेतलं, पण त्यातले बुडबुडे तिच्यासाठी त्रासदायक होते. कासवासारखं डोकं पुढं घेऊन बुडबुड्यांचं फसफसणं थांबण्याची वाट पाहत ती पलंगावर बसून राहिली.

"मी आज जरा विचार करत होते" ती म्हणाली, "की, मी थिओडोर इन्स्टिट्यूटबद्दल लिहायला हवं. त्यांना कदाचित त्याचा उपयोग होऊ शकेल. त्यांना प्रसिद्धीची गरज आहे."

मी तिच्या नजरेला नजर भिडवली नाही.

"मला हे कळत नाही," मी म्हटलं, "व्हिटॅमिन सीच्या उपचारांचा तुला इतका त्रास... भयानक त्रास होतो, हे माहीत असतानाही ते तुझ्यावर तेच उपचार कसेकाय करत आहेत? त्याचा काय परिणाम होणार आहे?"

"अगं, पण हेलन" ती पुटपुटली. "किमोथेरपी आणि किरणोपचारांचाही असाच परिणाम होतो. त्यांचा नक्की काय परिणाम होणार आहे, हे माहीत नसतानाही लोक ते उपचार घेतातच की!"

माझ्याकडे यावर काहीच उत्तर नव्हतं. मी तिथंच कोपऱ्यातल्या खुर्चीवर बसून राहिले.

"डार्लिंग," थोड्या वेळानं ती म्हणाली, "मला वाटतं, मी आता मॉर्फिन घेईन."

~

चाळीसेक मिनिटांनी मला तिची काहीतरी हालचाल जाणवली. ती पुन्हा अंथरुणात उठून बसली होती. तिचं डोकं तिनं गुडघ्यात खुपसलेलं होतं.

"काय गं म्हातारे, काय झालं?"

"मला खात्री आहे की, शरीरातल्या विषारी गोष्टी बाहेर पडत आहेत. एक मिनिटभर मी जरा पालथी झोपून पाहते."

"ठीक आहे. मी काय करू?"

ती गप्पच होती. मी तिच्या पलंगाशेजारी वाट पाहत उभी राहिले. अर्ध मिनिट उलटलं.

"मला वाटतं, मी आता प्रयत्न करते."

मी पुढं झाले; पण एखाद्याची मान, खांदा, पोट दुखत असताना त्याला पोटावर कसं वळवायचं? त्याला तुम्ही धरणार तरी कुठं?

मी माझं अज्ञान घेऊन तशीच तिथं असहायपणे उभी राहिले.

तेवढ्यात मी तिचा एक निर्धारपूर्ण हुंकार ऐकला. तोंडून मोठमोठ्यानं कण्हल्याचे आवाज करत ती एका कुशीवर वळली. तिनं मला तिच्या अंगाखाली एक उशी सरकवायला सांगितली. मी ती सरकवताच ती धप्पकन पालथी पडली.

~

मध्यरात्रीनंतर लगेचच तिनं मला बोलविलं. तिचं अंथरूण घामानं चिंब भिजलं होतं. तिच्या वेदना थोड्या कमी झाल्या होत्या. म्हणून मग मी पलंगपोस बदलेपर्यंत तिला मोठ्या खोलीतल्या कोचावर जाऊन पडायला सांगितलं. मी जेव्हा बाहेर आले, तेव्हा ती कोचावर उश्यांच्या आधाराने मॉर्फिनच्या गुंगीत, पण बरीचशी शांत बसून राहिली होती.

"मी तिथं पडले होते;" ती म्हणाली, "काहीतरी निरर्थक विचारांमध्ये. खरंतर मी त्या जनरल प्रॅक्टिशनरला इतक्या कमी क्षमतेची गोळी मागायलाच नको होती."

तिनं कमी क्षमतेची गोळी मागितली होती!

माझे पाय लटपटले. मी हातातल्या ओल्या कपड्यांच्या ओझ्यासकट खुर्चीच्या हातावर बसले.

"निकोला," मी म्हटलं, "मला काहीतरी बोलायचंय. तू मला सोमवारी मदतगटाच्या लोकांना बोलावू दिलं नाहीस, तर मी हे सगळं करू शकेन, असं वाटत नाही."

ती एकदम ताठ झाली, "मी तुला याआधीच सांगितलेलं आहे, मला त्यांची गरज नाही."

"ते लोक म्हणजे काही मृत्यूचे दूत नाहीत." मी म्हटलं, "त्या फक्त गाडीतून मदतीला येणाऱ्या मुली आहेत."

"मी नाही म्हटलं आहे."

"आपण त्यांच्याकडे आपलं नाव नोंदवलेलं असलं की, आपल्याला गरज

पडल्यावर ते आपल्याकडे येतात. ते लोकांना संपूर्ण रात्र सहकार्य करतात. त्या सगळ्या जिल्हा परिचारिकांप्रमाणे असतात.''

तिनं हातातली उशी उंच धरली अन् म्हणाली, ''मला नर्सची गरज नाऽऽहीये.''

मी हातातल्या चादरी जमिनीवर टाकल्या. त्या सगळ्या पायांनी ढकलत-ढकलत लाँड्रीपर्यंत नेऊन मशिनमध्ये कोंबल्या. तिथलं इस्त्रीचं टेबल घडी करून ठेवलं आणि तिथंच भिंतीला टेकून उभी राहिले. कोरडे कपडे वेगळे काढले. स्वत:वर ताबा मिळवेपर्यंत मी तिथंच तिथल्या उपकरणांची स्वच्छता करण्यात, ती नीटनेटकेपणानं ठेवण्यात वेळ घालवला. मी जेव्हा बाहेर आले, तेव्हा ती कोचावर पडल्या-पडल्याच डोळे न उघडता मोठेपणाचा आव आणत म्हणाली, ''मी आता काय करायचं ते ठरवलं आहे. आता मी सर्व सोईंनी युक्त असं एक अपार्टमेंट घेणार आहे किंवा साउथ यारामधल्या एखाद्या छोट्या हॉटेलमध्ये माझं सामान हलवणार आहे. मी इथं अजूनही पंधरवडाभर तर असेनच, तेव्हा माझं कोणाला ओझं वाटायला नको आहे मला.''

मी फ्रीजला टेकून उभी राहिले. फ्रीजवर वेगवेगळ्या याद्या, स्मरणपत्रं लावण्यासाठी वापरलेल्या चुंबकाच्या चकत्या माझ्या पाठीत रुतल्या. मी वळले आणि ते सगळं, ती लिंबं, रंगवलेले गुलाब, हगीला आवडणारे दोन सोनेरी मासे असं काहीबाही ओबडधोबडपणे लावून ठेवलं. गरम पाण्याच्या बाटलीत गरम पाणी ओतलं आणि ती बाटली कोचावर बसलेल्या निकोलाला नेऊन दिली. तिचे डोळे अजूनही बंद होते. स्पेअर रूममध्ये जाऊन मी तिचं अंथरूण नीट केलं. उश्या फुगवून ठेवल्या. मग संथ गतीनं चालत मी माझ्या खोलीत जाऊन पांघरुणात शिरले.

'कशाला मी या सगळ्यात पडले?'

मृत्यू माझ्या घरात वावरत होता. त्याच्या नियमांनी नवं आयुष्य प्रचंड ताकदीनं बाजूला सारलं होतं. शेजारच्या घरातल्या नातवंडांची मला तीव्रतेनं आठवण झाली. त्यांची छोटी, तुकतुकीत घट्ट-मुट्ट शरीरं ज्यांतून चैतन्य सळसळत होतं, अशी मुलं एकदम जवळ घ्यावीशी वाटली. आत्ताशी कुठं रात्रीचा एक वाजत होता आणि माझी झोप पार उडाली होती. माझे डोळे चक्क उघडे होते. स्वयंपाकघरातून मला कसल्यातरी हालचालींचा आवाज येत होता. कदाचित कोणीतरी कुजबुजत असल्याचा तो आवाज होता; पण माझ्यासाठी दोन वाजण्यापूर्वी झोपी जाणं खूपच आवश्यक होतं. कारण ही ती वेळ होती, जेव्हा निर्वासित कॅम्प, नष्ट होत चाललेली पृथ्वी, माझ्या चुका, माझे स्वभावदोष या सगळ्या गोष्टी मला झपाटून टाकायला माझ्याभोवती गोळा होत असत.

पलंगाशेजारच्या टेबलावर एका व्हिएतनामी लेखिकेच्या कादंबरीचं हस्तलिखित पडलेलं होतं. ते मी मागच्याच आठवड्यात वाचणार होते. मी सहजच एक पान

उलटलं. त्या पानावरची पात्रं एका ढोरमेहनत करविणाऱ्या जागी कामाला होती. दुष्ट मुकादमाच्या नजरेखाली कवडीमोल वस्तू शिवण्याचं फुटकळ काम ती करत होती. 'या अशा रिकाम्या वेळात' ती गोष्ट सांगणारा म्हणत होता, 'आपल्याला अर्धवट आठवणारं कोणतंतरी गाणं म्हटल्यानं वेळ सहज निघून जाण्यास मदत होते.'

जमिनीवर पडलेल्या 'युकेलेल'वर धूळ जमा होत होती. मी ते वाद्य पेटीतून बाहेर काढलं; कुरवाळलं. त्याच्या कडक, पण बाकदार वळणावरून हात फिरवल्यावर मला खूप बरं वाटलं. ते अजूनही लावलेलं होतं. माझ्या खोलीचं दार उघडंच होतं; पण एव्हाना मॉर्फिननं त्याचा अंमल नक्कीच दाखविला असणार होता. मी पलंगावर बसून हळुवारपणे ते वाद्य छेडायला सुरुवात केली. अगदी मंद सुरात मी 'टेनिस वॉल्ट्झ' आणि 'आफ्टर द वॉल' या संथ सुरावटी तीन-चार वेळा म्हटल्या, ज्यामुळे माझी बोटं आपोआप पुढच्या स्वरांकडे वळली. मी ओठ घट्ट मिटून घेतले आणि नुसतीच तारांवरून बोटं फिरवत राहिले. त्याचा अगदी कळेल-न कळेल असा मंद आवाज येत राहिला.

मी ते वाद्य त्याच्या पेटीत ठेवत असताना तिनं दिवाणखान्यातून मला हाक मारली–

"हेल?"

"हं, मी इथे आहे."

"शुभरात्री! आपण सोमवारी मदतगटाच्या लोकांना बोलावू या."

मॉर्फिनचं देव भलं करो! ती सकाळी एकदम उल्हसित अवस्थेत उठली. तिचा चेहरा प्रेमळ, अपराधीपणाची किंचितशी छटा असलेला दिसत होता.

नाश्ता करताना तिनं आणखी एक गोळी घेतली. बाहेर बागेकडे पाहत ती खुर्चीत बसून राहिली.

''किती छान दिवस आहे हा!'' ती आनंदानं आधीच्या उत्साहानं म्हणाली, ''आपण आज जरा बागेत काम करू या. तण काढून घेऊ या.''

''अं... ते नंतर.'' मी म्हणाले. ''आधी आपण रोपवाटिकेमध्ये जाऊ या. तू कोणकोणती रोपं घ्यायची, ते मला सांग.''

असा साधेपणानं दिवस सरला. आम्ही वाचन केलं. डुलक्या काढल्या. व्हिडिओच्या दुकानात आणि सुपर मार्केटमध्ये गेलो. निकोलानं मेरी बायरॉनॉगच्या काठावरच्या रोपवाटिकेतून (नर्सरीमधून) गुलाबी रंगाची फुलं येणारी ग्रेव्हिलाजची रोपं घ्यायला लावली. तिला माझ्या घरातल्या कोठीच्या खोलीत नॅस्टटियमच्या सापडलेल्या बिया घेऊन आम्ही बाहेर गेलो. मग तिनं त्या बिया समोरच्या रस्त्यालगतच्या मातीत टाकल्या.

बेसीनं स्वयंपाकघराच्या खिडकीवर टकटक करून काजूदाणे घातलेलं योगर्ट मागितलं.

''उद्या दुपारी मी फ्लेमेन्कोच्या कार्यक्रमात रंगमंचावर असणार आहे.'' तिनं ओरडून सांगितलं.

मी तिला मागच्या दाराच्या सापटीतून खायला दिलं. ते तिनं व्हरांड्यात बसून काचेमधून आमच्याकडे बघत हसत-हसत खाल्लं आणि मग रिकामा वाडगा अन् चमचा पायपुसणीवर ठेवून तिनं कुंपणामध्ये असणाऱ्या मोकळ्या जागेकडे धूम ठोकली.

रात्रीच्या जेवणाआधी निकोलानं मॅजिस्ट्रियल जिन बनवली. ती आम्ही दोघींनी जगभरातल्या बातम्या ऐकण्यासाठी स्वत:ला सज्ज करायला म्हणून टी. व्ही.समोर बसून घेतली. नंतर तिनं निवडलेली 'मिलियन डॉलर बेबी'ची डीव्हीडी आम्ही पाहिली. त्यातली मुठी आवळून, 'मला तुझ्यावर जय मिळवू दे' म्हणणारी स्त्रीमुष्टियोद्धी आम्हाला खूप आवडली. चित्रपटाचा शेवट मला व्यक्तिश: खूपच संवेदनशील वाटला. निकोला तर रडलीही आणि मग आम्ही दोघींनी हिलरी स्वॅन्कची तोंड फाटेपर्यंत स्तुती केली. आम्ही दोघींनी यापूर्वीही असे काही दिवस व्यतीत केले होते.

पाकिटांवर लिहिलेल्या सूचनांनुसार तिनं मॉर्फिन घेतलं. शिरेतून व्हिटॅमिन सी दिलेलं नसलं की, मॉर्फिनचा परिणाम अगदी जादू करत असे. त्यामुळे ती रात्र एकदम छोटी होऊन जाई.

रविवारी माझ्या मैत्रिणीनं, पेगीनं – जिची आणि निकोलाची अगदी जुजबी ओळख होती – आम्हाला सकाळच्या चहासाठी आमंत्रण दिलं.

''हे तिनं फारच छान काम केलं.'' निकोला म्हणाली, ''मला तर वाटलं होतं की, तुम्ही दोघी परत एकमेकींपासून तुटल्या आहात.''

''ते आमच्यासाठी नेहमीचंच आहे. आम्ही त्यातून बाहेर पडतो. येत्या डिसेंबरमध्ये आम्ही काही आठवड्यांसाठी युरोपला जाणार आहोत.''

''युरोपला?'' ती एक क्षणभर थबकली, ''किती छान!''

आम्ही गाडीनं फिट्झ्रॉयला गेलो. मऊ, रेशमी केशसंभार असणाऱ्या आधुनिक पेगीनं जेव्हा दार उघडलं, तेव्हा निकोला उतावीळपणे आत शिरली. तोंडभरून हसत, आपल्या चकचकीत ढंगामध्ये ''वाहव्वा! छान!'' अशी दाद उधळत ती तडक स्वयंपाकघरात जाऊन पोहोचली. हा तिच्या चैतन्याचा महान असा आविष्कार होता, ज्यामुळे माझ्या मस्तकातली शीर उडू लागली. तिथंच बाजूला टेबलावर जर्दाळू भरून ठेवलेला वाडगा होता. त्यातले बचकभर मी उचलले आणि तळहातावर फोडले. मी त्यातले काही जर्दाळू खाल्ले होते, पण ते फोडण्याची क्रिया इतकी समाधान देणारी होती की, माझे पोटभर जर्दाळू खाऊन झाल्यावरही प्रत्येक जर्दाळूचा मऊ भाग शोधून त्याचा चुरा होईपर्यंत मी ते एकमेकांवर घासत होते.

जेव्हा निकोलानं श्वास घेण्यासाठी उसंत घेतली, तेव्हा पेगी आम्हाला बागेत घेऊन गेली. आम्ही फुललेल्या पांढऱ्या गुलाबांच्या छताखाली बसलो. भरतकाम केलेला टेबलक्लॉथ वरून पडणाऱ्या गुलाबाच्या पाकळ्यांनी आच्छादलेला होता. पेगीनं अतिशय प्रेमानं, अगत्यानं बिस्किटं, केक आणि चहाचे विविध प्रकार आमच्यासमोर ठेवले. ती आणि निकोला उसासे टाकत, कसनुसं हसत आपापल्या आयांबद्दल – ज्या नव्वदीत होत्या आणि सतत कोणत्या ना कोणत्यातरी गोष्टींची मागणी करत होत्या. अशांना सांभाळताना त्यांना येणाऱ्या अडचणींबाबत – बोलत

होत्या. माझी आई – जी त्यांच्यापेक्षा लहान, दुःखी आणि गांजलेली स्त्री होती – जाऊन पाच वर्षं झाली होती. त्यामुळे मी शांतपणे त्यांचं बोलणं ऐकत बसून राहिले.

"मग..." शेवटी एकदाची पेगी माझ्याशी बोलली. "तुमचं कसंकाय चाललं आहे तिथं?"

"हं!" किणकिणत्या स्वरात हसत पुढं वाकून निकोलानं बोलायला सुरुवात केली. "खूपच छान चाललं आहे आमचं. हेलन फारच छान, एकदम कडक शिस्तीची मेट्रन आहे. अर्थात, गेल्या काही दिवसांमध्ये आम्हाला थोडा मॉर्फिनचा आधार घ्यावा लागला, कारण त्याचं काय आहे की, थिओडोर इन्स्टिट्यूटमध्ये – जी खरंचच खूप छान आहे – ते करत असलेल्या उपचारांचा भाग म्हणून मला दर दिवसाआड शिरेतून व्हिटॅमिन सी घ्यावं लागतं."

किती शांतपणे सांगत होती ती हे सगळं! मी वैतागून माझं डोकं मागच्या बाजूला झुकवलं आणि गुलाबाची फुलं लक्षपूर्वक पाहायला लागले. बरीचशी फुलं वाळलेली, अर्धवट लटकलेली होती. तिथंच खिडकीमध्ये बागकामाची कात्री ठेवलेली होती. मी ती उचलली आणि माझा हात पोहोचेल इतपत उंचीवरच्या फांद्या शांतपणे छाटायला लागले.

"कधीकधी कोणा-कोणाला त्याचा त्रास होतो." निकोला पेगीला सांगत होती. "कधीकधी मी भयंकर वाईट अवस्थेत घरी येते."

माझे ओठ एकमेकांवर घट्ट आवळले जात असल्यची मला जाणीव झाली. मी तिथून उठले आणि कात्री कचकचवत निघून गेले. पुढं छपराच्या भिंतीला एक जुनाट, लाकडी शिडी टेकवून ठेवली होती. ती छोटीशी इमारत गुलाबाच्या वेलीनं वेढलेली होती. त्या वेलीवरचं जवळजवळ प्रत्येक तिसरं फूल छाटायला झालं होतं.

"अर्थात, मला हे पक्कं ठाऊक आहे की, मी यातून सहिसलामतपणे बाहेर पडणार आहे. मला हे माहिती आहे की, हे व्हिटॅमिन सीच आहे, जे कर्करोगांच्या गाठींवर हल्ला करून त्यांना बाहेर काढून टाकतं आहे. पण...." ती प्रसन्नपणे हसत-हसत पुढे म्हणाली, "माझ्या या कीव करण्याजोग्या स्वार्थीपणामुळे मी अगदी थक्क आणि शरमिंदी झाले. मी या बाबतीत अगदीच अनभिज्ञ होते की, बिचाऱ्या हेलसाठी ते किती भयंकर, किळसवाणं दृश्य होतं."

दात घट्ट आवळून धरत मी शिडीच्या तीन पायऱ्या चढले आणि झाडाच्या वरच्या भागावर हल्ला चढवला. 'बिचारी हेल?' माझ्या कात्रीच्या पात्यामधून पांढऱ्या बहराचा एकसारखा वर्षाव होत राहिला. विटांचा तो रस्ता त्या बहराने झाकून टाकला.

"म्हणून मग मी काल रात्री माझ्या भाचीला, आयरिसला – जिच्याबरोबर मी गेले सहा महिने सिडनीत राहत होते – फोन लावला आणि विचारलं की, माझं

कुडकुडणं तिला भीतिदायक वाटायचं का? आणि ती म्हणाली, ''बाई गं, तू हे काय विचारते आहेस? मी दर वेळी स्वत:ला हलवायचे. तू तर अशी... अशी दिसायचीस की, जणूकाही तू आता मरणारच आहेस!'' '' तिचा आवाज चढला आणि नंतर मग तो तिच्या हसण्यात विरून गेला.

मी त्या बागकामाच्या कात्रीचा सुरक्षेचा खटका (सेफ्टी कॅच) जबरदस्तीने बंद केला आणि खाली उतरले. निकोलानं थोडं सरकून मला बाकावर बसण्यासाठी जागा करून दिली. पेगीनं माझा कप भरला आणि माझ्याकडे सरळ न बघताच माझ्यापुढे सरकवला.

''आणि म्हणून'' तळाशी राहिलेल्या चहाचे घुटके घेत निकोला म्हणाली. ''उद्या आम्ही मदतगटाच्या लोकांना फोन करणार आहोत. मला खात्री आहे की, आम्हाला त्यांना बोलवायची गरज पडणार नाही. मला खात्री आहे की, उपचारांमुळे येत्या दहा दिवसांत कर्करोग माझ्या शरीरातून बाहेर पडलेला असेल. मी एक खडखडीत बरी झालेली, तंदुरुस्त व्यक्ती असेन. ही मदतगटाची मदत वगैरे अशासाठी की, हेलला अगदीच एकटं-एकटं आणि कोणाच्याही मदतीशिवाय आहोत असं वाटू नये. माझी गरीब, म्हातारी, बिच्चारी हेलन!''

माझ्या तळपायाची आग मस्तकाला पोहोचली. निकोलाच्या भुवया कपाळाकडे उंचावल्या होत्या. मला दात दाखवत ती परत हसली. तेच मधुर, उपहासाची झाक असलेलं हसू!

''रात्रीचाच प्रश्न असतो.'' मी घुसमटलेल्या स्वरात म्हटलं, ''रात्री फारच मोठ्या असतात.''

पेगीनं माझ्याकडे एक कटाक्ष टाकला. तिच्या नजरेतून अस्वस्थ करून टाकणारी सहानुभूती स्रवत होती. तिनं मला दुबळं करून टाकलं. थकव्याच्या एका प्रचंड लाटेनं मस्तकातून पायापर्यंत मला भारून टाकलं. बाकावरून खाली घसरून त्या तोडलेल्या गुलाबांमध्ये मी माझी उंची मोजते की काय, अशी मला भीती वाटली. बोट नांगरताना होतो तसा आवाज करत एक विचारशृंखला माझ्या मस्तकात सळसळली. ऽआपण मृत्यूला नाकारू शकत नाही. तसं करणं वेडेपणा आहे. तो आपल्या आत्म्याला वेडंपिसं करून टाकतो. आपला नेकपणा शोषून घेतो, मैत्रीमध्ये विष कालवतो आणि प्रेमाचा उपहास करतो!'

~

दुपारी जेवण झाल्यावर निकोला विश्रांती घेत पडली आणि मी गावात 'होगर इस्पनॉल'ला गेले. माझ्या मुलीला आणि जावयाला ओशाळवाणं वाटू नये म्हणून किंवा जंतूंची गर्दी घेऊन मला घरी जायला लागू नये म्हणून मी दारालगत जरा

पाठीमागंच उभी राहिले. हॉलमध्ये टेबलावर काही स्पॅनिश कुटुंबं बसली होती. ती मजेत हसत-खिदळत आवाज करत होती. एकदा तर गुडघ्यावर गिटार घेऊन बसलेल्या म्हाताऱ्या पुरुषांनी काहीतरी बेसूर वाजवायला सुरुवात केली, तर रंगवलेल्या आणि उंच बांधलेल्या केसांमध्ये कंगवे आणि फुलं माळलेल्या म्हाताऱ्या बायकांनी त्यावर टाळ्या पिटत ताल धरला. अंधूक प्रकाश असताना रंगमंचावर बेसी आणि तिचे साथीदार ताठ कणा, सरळ खांदे आणि छाती पुढं काढलेली असे एका गटामध्ये कवायत करत-करत पुढं आले. त्यांनी त्यांचे हात हवेत उंचावले, मनगटं आणि बोटं हवेत वर-खाली फिरविली. मोठमोठ्यानं गाणाऱ्या गायकांच्या बरोबरीनं त्यांनी आपल्या लालभडक रंगाच्या स्कर्टच्या घेरासकट कडक टाचांचे बूट रंगमंचावर खाडखाड आपटले. माझ्या डोळ्यांत टचकन पाणी आलं. मी माझा चेहरा झाकून घेतला.

~

सोमवारी निकोला दवाखान्यात जायला निघण्यापूर्वी मी 'मर्सी' मदतगटाच्या सेवेला फोन केला. फोन घेणाऱ्या स्त्रीचा आवाज खूपच शांत आणि मैत्रीपूर्ण होता. गुलाबाच्या वेलींखाली पेगीनं माझ्याकडे टाकलेल्या सहानुभूतीच्या कटाक्षानं जशी मी आतून हलले होते, तशीच मी आत्ताही हलले. आमच्या टोकाच्या परिस्थितीमुळे तिच्याशी बोलताना माझी बोबडी वळली.

"मी हे विचारू शकते का की," ती म्हणाली, "आजाराचं नक्की काय निदान केलं आहे?"

मी कॉर्डलेस हातात घेऊन स्वयंपाकघरात गेले. तिथं निकोला एका भांड्यात अंडं उकडायला ठेवत होती.

"मदतगटाची एक स्त्री बोलते आहे फोनवर." मी तिला म्हटलं, "तुझ्या आजाराचं डॉक्टरांनी नक्की काय निदान केलं आहे, हे तिला जाणून घ्यायचं आहे."

माझ्याकडे पाठ केलेल्या अवस्थेत ती एक क्षणभर निश्चल थांबली आणि मग वळून तिनं फोन घेतला आणि तिच्या नेहमीच्या सौजन्यपूर्ण, तत्पर अशा स्वरात – ज्या स्वरामध्ये तिने डॉ. टकींना त्यांच्या पहिल्या भेटीच्या वेळी तिच्या रोगाचा इतिहास सांगितला होता, त्याच स्वरात – त्या स्त्रीलाही सगळा इतिहास सांगितला. व्हरांडा ओलांडून मी बाहेर आले आणि अंगणातल्या घेवडा अन् इतर औषधी वनस्पतींचं निरीक्षण करू लागले. या औषधी वनस्पतींच्या आजूबाजूच्या हवेमध्येही काही फायदेशीर गुण असतात, नाही का? मी त्या वनस्पतींजवळ गेले आणि त्या हिरवाईमध्ये श्वास घेत उभी राहिले. आदल्या दिवशीचे कपडे आणि पलंगपोस तारेवर अजूनही तसेच लटकत होते. मी ते तारेवरून काढून खांद्यावर टाकले.

निकोलाच्या पांढऱ्याफटक चेहऱ्याकडे पाहून मी उंबऱ्याच्या आत टाकत असलेलं पाऊल मागं घेतलं.

"त्यांना या आठवड्याच्या शेवटी इथं यायचं होतं." ती माझ्यावर गुरगुरली. "मला तपासायला." इतकं बोलून तिनं तो फोन गॅसच्या शेगडीवर आपटला. "अरे देवा! हे काय! हे अंड मेलं फुटलंय! मला फुटलेली अंडी अजिबात आवडत नाहीत."

माझ्या आत एक हिंस्र भावना उसळली, पण मी जबरदस्तीनं नजर खाली ठेवून त्या खोलीतून निघून गेले.

दुपारच्या जेवणाच्या वेळी तिनं दवाखान्यातून मला फोन केला. ती छान मजेत, आनंदात होती. "ओळख पाहू काय झालं असेल आज? प्रोफेसर थिओडोर आज चीनहून परत आले आहेत!" तिला ते आवडले होते. त्यांनी तिच्यासमोर एक खूपच छान कल्पना मांडली होती की, व्हिटॅमिन सीचे उपचार घेतल्यानंतर तिनं दुपारभर तिथल्याच एखाद्या खोलीमध्ये थांबायचं; म्हणजे मग तिला थंडीचे झटके येतात का नाही, ते त्यांना पाहता येईल आणि त्यांना तिची देखरेखही करता येईल. इतकंच नव्हे, तर त्यांनी तिला कॉफी एनिमा घेऊन बघायलाही सुचवलं होतं. त्यांना असं वाटत होतं की, त्यामुळे कदाचित तिचं मॉर्फिनवर अवलंबून राहणं कमी झालं असतं. म्हणून त्यांनी तिला व्हिटॅमिन सी द्यायला सुरुवात करण्यापूर्वी थोडी सेंद्रिय कॉफी आणण्यासाठी ती बाहेर पडणार होती. गावात अशी कॉफी कुठं मिळू शकेल, हे मी सांगू शकत होते का, असंही तिनं मला विचारलं.

"युझी नावाची एक हलकी मशिनगन वगैरे काहीतरी असते ना?"

"डेव्हिड जोन्स फूड मॉलमध्ये मिळते का बघ." मी म्हटलं.

"धन्यवाद डार्लिंग! हं, आणि आज माझ्यासाठी रात्रीचा स्वयंपाक करू नकोस. मी आठ वाजेपर्यंत घरी येऊ शकणार नाही. इथं एक-दोन तासांचं व्याख्यान आहे, ते मी ऐकणं अपेक्षित आहे. चल, अच्छा!"

मी मागच्या पायरीवर बसून माझ्या चिडखोर, काळ्याकुट्ट संशयी वृत्तीशी झगडू लागले. मला कडवेपणा नको होता. या सगळ्या गोष्टींपासून मी स्वतःला कसं अलिप्त ठेवू शकणार होते? तिची काळजी घ्यायची; पण अलिप्तही राहायचं? मी ल्युसीला – पूर्वी नर्सचं काम करणाऱ्या माझ्या बहिणीला – फोन केला आणि सहा वाजता तिला 'वेटर्स क्लब'मध्ये भेटायचं ठरवलं.

त्या दिवशी दुपारी मर्सी मदतगटामधल्या एका स्त्रीनं मला फोन केला. ते फक्त

कर्करोगाच्या रुग्णांसाठी किंवा मरणासन्न लोकांसाठी काम करत होते, असं नाही, तर हा मदतगट म्हणजे एक मोफत (नि:शुल्क) जिल्हा रुग्णसेवेचाच एक भाग होता.

शनिवारी सकाळी तिनं आम्हाला दोघींना भेटायला येण्याचं कबूल केलं, परंतु निकोला तरी वरकरणी तिला भेटायला फारशी उत्सुक नव्हती. तिचं नाव कॅरमल होतं आणि... होय... तिच्याकडे माझ्याशी बोलायला आत्ता थोडा वेळही होता.

मी अगदी थोडक्यात तिच्यासमोर सगळा पाढा वाचला. माझं बोलणं झाल्यावर तिनं बोलायला सुरुवात करण्यापूर्वी एक क्षणभर अर्थपूर्ण उसंत घेतली. ''पाश्चात्त्य औषधं'' ती म्हणाली, ''जेव्हा आजार त्यांच्या परिणामांना जुमानत नाहीत, तेव्हा हात टेकल्याचं कबूल करतात; पण थिओडोर इन्स्टिट्यूटसारख्या संस्था मात्र लोकांना शेवटपर्यंत खोट्या आशेवर झुलवत ठेवतात.''

''शेवटपर्यंत!''

''निकोलाच्या काही धार्मिक श्रद्धा आहेत का?''

मी गप्प बसले.

पंधरा वर्षांपूर्वी माझ्या पूर्वाश्रमीच्या नवऱ्यानं जेव्हा निकोलाशी माझी ओळख करून दिली होती, तेव्हा मला ती एकदम आवडली होती. तिच्या सगळ्याच गोष्टी! तिचं टेबल लावणं, बोटांमध्ये सिगारेट नाचवणं, गळ्याभोवती मफलर सगळंकाही एकदम बिनधास्तपणाचं आणि दिमाखदार होतं. तिच्याबरोबर असताना सगळ्या गोष्टी सरळ आणि शांतपणे घडत असत. तिच्या घराला आणि ती घालत असणाऱ्या सर्वच गोष्टींना असलेल्या भारतीय छटेची मी नेहमीच प्रशंसा करत असे. तिच्या पुस्तकांच्या कपाटात एका अंधाऱ्या कोपऱ्यात दडून बसलेल्या, लाल डोळ्यांच्या गुरूंचे काही फोटो मी पाहिले होते; पण तिनं स्वत:हून कधीच त्यांचा उल्लेख केला नव्हता आणि मीही तिला याबाबत कधी छेडलं नवहतं. मी तर असंच गृहीत धरलं होतं की, ती ध्यानधारणा, योगाभ्यास याच्यात खूप मुरलेली होती आणि तिच्या ज्या काही विशिष्ट श्रद्धा होत्या, त्या इतक्या खोलवर रुजलेल्या होत्या की, तिला त्याबाबत बोलण्याची काही गरज वाटत नव्हती; जशी मी चर्चमध्ये केलेल्या साहसांबद्दल बोलण्याची मला वाटत नसे.

आता गेल्या काही वर्षांमध्ये, ती आजारी पडण्याच्या थोडंसं आधी तिच्या संभाषणात बौद्ध धर्मातल्या कल्पनांचा समावेश झाला होता. तिला 'रिनपॉश'चे उच्चार कसे करायचे, ते ठाऊक होतं आणि हेपण ठाऊक होतं की, एखादा प्रसिद्ध रिनपॉश गावात आल्यावर तिकिटं कुठे मिळतात. तिनं 'ब्ल्यू माउंटन'मध्ये दहा दिवसांचं शिबिरही पूर्ण केलं होतं. तिनं सांगितलेल्या तिथल्या मौनव्रताच्या गोष्टींचं मला हसूच आलं होतं; पण ती तिथून जेव्हा शहरात परत यायची, तेव्हा खूप

आनंदी आणि प्रसन्न दिसायची. आठवड्याच्या शेवटच्या दिवशी होणाऱ्या प्रवचनांचा, तिच्या नवीन मित्रपरिवाराचा – ज्यांची नावं ती बनवून सांगते आहे असं वाटत असे, त्यांचा – ती खूपच सहजतेनं उल्लेख करत असे. तिनं हातात लाल धागा बांधायला किंवा कधीकधी लाल लाकडी मण्यांची माळ घालायला सुरुवात केली होती. त्यामुळे माझी अशी कल्पना झाली होती की, तिचा जो मोकळा-ढाकळा स्वभाव होता, त्याच्यानुसार ती स्वतःला शांतपणे गुंतवून घेत होती; मरण्यासाठी आवश्यक असणाऱ्या गोष्टींमध्ये जसा प्रत्येक जण शांतपणे गुंतवून घेतो.

"खरंतर, आता तुम्ही कशाला धार्मिक म्हणता, यावर ते अवलंबून आहे." मी त्या स्त्रीला म्हटलं.

"हे जाणून घेणं, हा माझ्या कामाचाच भाग आहे." कॅरमल म्हणाली. "मी एक समजून चुकले आहे की, जगात असेही लोक आहेत, जे कधीच मान्य करत नाहीत की, मृत्यू त्यांच्या समीप आला आहे. ते त्यांच्या शेवटच्या श्वासापर्यंत लढत राहतात." ती एक क्षणभर थांबली. "आणि हा त्यातलाच एक प्रकार आहे."

पुन्हा एकदा माझ्यातलं दुबळेपण गळून पडलं. मला जाणवलं की, मी एका अपूर्व अशा ज्ञानप्राप्तीच्या क्षणाकडे जात होते! जेव्हा निकोलाने तिचे हे मात करण्याचे वेडे प्रयत्न थांबवले असते आणि एक दीर्घ श्वास घेऊन ती म्हणाली असती, "ठीक आहे, मी मरणार आहे. मी त्याला (मृत्यूला) शरण जाते आहे. आता मी माझं उरलेलं आयुष्य या सत्याबरोबर काढेन."

"आणि तुम्ही मला जे काही सांगितलंत," ती नर्स तिच्या समजावणीच्या स्वरात म्हणाली, "त्या सगळ्यावरून मला असा प्रश्न पडला आहे की, तुम्ही हे मान्य करण्याचा प्रयत्न करावा का की, निकोलाही यांच्यापैकी एक असू शकेल. कदाचित... तीही अशाच अवस्थेत मरणार असेल."

~

पार्लमेंट स्टेशनच्या पायऱ्या चढून मी वर आले आणि लिटिल कॉलिन्स रोडवरून प्रवासाची सायकल दामटत आलेली ल्युसी मला दिसली. तिच्या सायकलीच्या दोन्ही बाजूंना बास्केट (टोपल्या) लावलेल्या होत्या आणि अजून सूर्यास्त व्हायचा होता, तरीही तिनं तिच्या सायकलीचे, जलद गतीनं उघडझाप करणारे, आजूबाजूच्या परिसराला उजळवून टाकणारे दिवे लावले होते. मी तिच्यापर्यंत पोहोचेपर्यंत तिने तिथल्या एका कुंपणाला तिची सायकल साखळीनं लावून ठेवली. संध्याकाळचे जेमतेम सहा वाजले होते, तरीही आम्ही दोघीच 'वेटर्स क्लब'मधल्या काही पहिल्या गिऱ्हाईक नव्हतो. आम्ही काही भाजलेले मासे मागवले. वेटरचं काम करणाऱ्या मुलीनं आम्हाला वाइन आणून देताच मी वाइनचे घुटके घ्यायला सुरुवात केली.

माझ्या चेहऱ्यावरचे भाव बघून ल्युसी समजून चुकली होती की, मला बोलायची घाई झालेली होती. आम्ही एनिमावरून बोलण्यास सुरुवात केली.

"तिला जर बद्धकोष्ठतेचा त्रास होत असेल," ती म्हणाली, "तर एनिमामुळे 'मल' पुढे ढकलला जाईल. कदाचित त्यामुळे तिला तिच्या पोटातल्या वेदनांपासून आराम मिळू शकेल."

"मला समजतं आहे गं ते! एनिमाचा बाऊ वाटणारी मी जगातली शेवटची व्यक्ती असेन. पण कॉफीचा एनिमा? कॉफी वेदनांपासून आराम देऊ शकेल का? आणि त्याशिवाय ती कॉफी सेंद्रियही असली पाहिजे."

"परमेश्वरा! अगं, ती कॉफी तिच्या ढुंगणात जाणार आहे. तो तातडीचा उपाय म्हणून चांगलाच नाही का?"

"दवाखान्यातल्या प्रमुखांनी सांगितलं आहे की, कदाचित त्यामुळे तिला मॉर्फिनवर कमी प्रमाणात अवलंबून राहावं लागेल."

"काहीतरीच काय? ती हे सगळं कुठून उकरून काढते की काय? का तिच्या डोक्यातली कल्पना आहे ही? रोज सकाळी डॉक्टरांकडे गेल्यावर त्यांच्यासमोर ओळीनं मांडण्यासाठीची?"

आमचं पिणं झालं. तो चपटा मासा आम्ही अधाशीपणाने संपवला. लिंबू सरबताच्या जोडीनं आम्ही सॅलड आणि पॅनकेकची एक उतरंड रिचवली. आम्ही खात असताना मी वटवट करत राहिले आणि ल्युसी पोट धरून हसत राहिली. जेव्हा आमची 'एक्स्प्रेसो' कॉफी आली, तेव्हा आम्ही दोघी शांत झालो आणि ती विश्लेषण करायला लागली.

"तुला वाटणाऱ्या भीतीवरून ती तुला हसते, याचं मला आश्चर्य वाटत नाही, कारण अशा प्रकारे हसणं ही एक प्रकारची आक्रमकताच आहे. तू वाईट बातमी देणारी दूत आहेस. शक्य असतं, तर तिच्यापर्यंत हे पोहोचवल्याबद्दल तिनं तुला मारून टाकलं असतं. ती त्यापासून दूर राहण्यासाठी झगडते आहे. जणूकाही नुसता तो संदेश, ती बातमीच तिला जागच्या जागी मारून टाकणार आहे!"

"मग तिनं माझ्याकडे राहायचं का ठरवलं?"

"तिचा तुझ्यावर विश्वास असेल. हे तुला मिळालेले प्रशंसेचे उद्गार आहेत, असंही तू म्हणू शकतेस."

"मी तसं म्हणेनही; पण सिडनीमध्येपण असे दवाखाने आहेत, जिथं तुमच्यावर असे वेडगळ उपचार केले जातात. तिथं तिच्या ढिगानं मित्र-मैत्रिणी आहेत, जे मी तिला भेटण्याच्या खूप आधीपासूनचे आहेत. त्यांना या ओझोन आणि कपिंगच्या उपचारांबद्दलही काहीच अडचण नव्हती आणि ते तिच्याखालून असे रग ओढून काढत बसले नसते. मला तर भीती वाटते आहे की, ती मला एक कडक शिस्तीची

कर्तव्यकठोर अशी आई बनवणार आहे.''

ल्युसीनं तिचा कॉफीचा छोटा कप पिऊन संपविला. ''काही वर्षांपूर्वी जेव्हा मी कर्करोगाच्या रुग्णांबराबेर काम करत होते ना, तेव्हा एक माणूस होता, ज्याच्या जवळ मी कधीकधी बसायचे. तो मृत्युपंथाला लागलेला होता, पण तो ठणठणीत होणार आहे, असं त्याच्या घरची मंडळी त्याला भासवायची. तो माझ्याशी बांधला गेला होता आणि मला वाटतं, मलापण तो खूप आवडायचा. आम्ही दोघं खूपदा वास्तवाविषयी बराच वेळ बोलत असू आणि अशा संभाषणाची मीही वाट पाहत असे. त्या एका विशिष्ट दिवशी माझी कामाची पाळी संपली होती. मी खूप दमले होते. माझे पायही खूप दुखत होते. खरंतर मी एव्हाना तिथून बाहेर पडलेली असायला हवी होते. घरी जायला निघताना मी त्याच्या खोलीत दारातूनच डोकावले आणि त्यानं मला एकदम विचारून चमकवलं, ''आता माझे जास्त दिवस उरले नाहीत; हो ना?'' मी त्या प्रश्नासाठी तयार नव्हते. मी त्याला त्या क्षणी योग्य तेच उत्तर दिलं. त्यानं चेहरा दुसरीकडे वळवला आणि उदास, दीर्घ स्वरात तो म्हणाला, ''जर तू असं म्हणत असशील, तर ठीक आहे.'' मी खूप उदास झाले. त्यानं संभाषण सुरू करून दिलं होतं, पण मी ते थांबवलं. मी त्याला नापास केलं आहे, असं मला खूप वाटत राहिलं; पण मी जेव्हा घरी पोहोचले तेव्हा मला जाणवलं की, मी दिलेलं उत्तर किती भयानक होतं. यानं काहीच फरक पडणार नव्हता. कारण आमच्या दोघांमध्ये अबोल असं समजूतदारपणाचं नातं होतं. त्या वेळी त्याच्या खोलीत त्याच्याबरोबर बाकी कोणीही नव्हतं. त्याच्या आयुष्यातही कोणी नव्हतं, ज्यानं त्याला 'ते' उत्तर दिलं असतं.''

मान तिरपी करत ती माझ्याकडे बघून हसली. माझ्या तोंडून आपोआपच शब्द बाहेर पडले, ''तू अगदी आईसारखी दिसते आहेस.'' अर्थात, असं म्हणणं ही आमच्यासाठी एकमेकींची केलेली प्रशंसा नव्हती.

''म्हणजे, तुला असं म्हणायचं आहे का की, मी तसं उत्तर द्यायला हवंही आहे आणि नकोही?''

''कदाचित... तिनं तुझी त्याच कामासाठी निवड केली असेल.'' नॅपकिनला हात पुसून तिनं तो तिथल्या ग्लासमध्ये टाकला. ''कदाचित... हेतु:पुरस्सर किंवा असंच मरण्यासाठी ती तुझ्या घरी आली आहे.''

मी गोंधळून तिच्याकडे पाहिलं. ''पण मी तर डिसेंबरमध्ये बाहेर जाणार आहे. मी माझी तिकिटं आधीच काढून ठेवली आहेस.''

''अशी घाबरू नकोस.'' आपली चामड्याची गलेलठ्ठ पर्स उघडत ल्युसी म्हणाली, ''कोणी अशा गोष्टी आधीपासून आखून ठेवू शकत नाही. कर्करोगाच्या चौथ्या अवस्थेतला रोगी कधीकधी वर्षानुवर्षे जगू शकतो.''

"पण ती तेवढ्यासाठीच इथं आली असेल, असं तुला वाटत नाही ना?"

"ती उपचारांसाठी इतक्या लांबून इथं आली आहे. तिच्यावरून तरी असं वाटतं आहे की, तिनं तुझा बऱ्यापैकी कब्जा घेतलेला आहे. जेव्हा कामं संपायचं नावच घेत नाहीत, तेव्हाच आया कडक शिस्तीच्या बनतात."

ती हसली आणि टेबलवर घडी घातलेल्या माझ्या हातांकडे तिनं बोट दाखवलं. माझ्या बोटांच्या सांध्यांची हाडं पांढरी दिसत होती.

"तू झगडते आहेस." ती म्हणाली, "तुमच्या मैत्रीमध्ये जे काही खूप मौल्यवान आहे, ते धरून ठेवण्यासाठी; पण तुला वेडंही व्हायचं नाहीये आणि वास्तवापासून दूरही जायचं नाहीये; जशी निकोला गेली आहे. हा एक वेडेपणाचाच प्रकार आहे. तो खूप जणांमध्ये आढळतो."

टेबलाच्या त्या चिकट पृष्ठभागावरचं बिल, नोटा आणि चिल्लर आम्ही वाटून घेतली आणि धाडधाड पायऱ्या उतरून खाली गल्लीत आलो.

"तू कधी धार्मिक लोकांमध्ये गेली आहेस का?" कुंपणाला साखळीनं बांधून ठेवलेली सायकल काढत तिनं विचारलं.

"अंहं! नाही. मी जाऊ शकेन, असं कोणतंही चर्च मला सापडलेलं नाही. तिथल्या त्या कंटाळवाण्या गोष्टी मला अजिबात आवडत नाहीत."

"मग कॅथॉलिकांच्या चर्चमध्ये जात जा ना. तिथं खरंच काही चांगलं ऐकायला मिळतं."

आम्ही हसलो. हवेची एक उबदार झुळूक केरांच्या टोपल्यांमधून आमच्यापर्यंत पोहोचली.

"ए ल्यूस, मी तुला एक विचारू का? तू माझ्यासाठी देवाकडे प्रार्थना करशील का?"

ती एक क्षणभर थबकली. तिच्या हेल्मेटचे बंद तिच्या मऊ गालांवर तसेच लोंबत होते. तिनं ते तसेच ठेवले होते; जणूकाही तिला आता हेल्मेट काढायचंच होतं.

"नाही तर जाऊ देत." मी म्हटलं, "त्यामुळे तू उगाचच एखादी अधिकारी असल्यासारखी वाटतेस."

"कधीकधी" ती म्हणाली, "आपण फक्त एकच प्रार्थना करू शकतो – हे प्रभूच्या गाई, तू जगातलं पाप तुझ्याबरोबर घेऊन जा."

मी तिच्यासमोर ऐकत मान हलवत उभी राहिले. तिनं तिचा तळवा माझ्या कपाळावर ठेवला. "देवा, आमच्यावर दया कर." नंतर तिनं तिचा अंगठा फिरवला. बहुधा ती क्रॉसची खूण करत असावी. मी ते काही पाहू शकले नाही.

"देव तुझ्यावर कृपा करो आणि तुझा सांभाळ करो." ती म्हणाली.

"धन्यवाद!"

"आणि त्याच्या चेहऱ्याची आभा तुझ्यावर पडू देत."

तिनं तिच्या हेल्मेटचे बंद लावले. सायकलचे दोन्ही दिवे सुरू केले. माझ्या दोन्ही गालांचं चुंबन घेऊन पश्चिम दिशेनं सायकल चालवायला सुरुवात केली.

मी जेव्हा स्वयंपाकघरात गेले, तेव्हा तिथला दिवा सुरू होता आणि तिथंच काहीतरी चावत, एक हात एका मोठ्या खाकी कागदाच्या पिशवीत घातलेल्या अवस्थेत निकोला उभी होती.

"हे बघ काय!"

तिनं दुधट, पांढऱ्या रंगाच्या बियांनी भरलेली ओंजळ पुढे केली. "सगळे अक्रोडाचे गर आहेत. तुला माहिती आहे का, ते फोडून, त्याचे तुकडे करून मुरंब्यांमध्ये घालतात."

"पेक्टिन?"

"लाइट्रियल. ते कर्करोगावर हल्ला करतं, असं प्रोफेसर थिओडोर म्हणत होते. मला असे रोज वीस गर खायचे आहेत." तिनं तिचा तळवा तोंडाकडे नेला आणि पुढल्या दातांनी अक्रोड कुरतडून खायला सुरुवात केली. "तूही घे ना थोडे."

मी त्या पिशवीतून एक काढून घेतला. त्यामध्ये एक-दोन किलो तरी होतेच. त्यांचा काहीसा विचित्र असा वास येत होता; चविष्ट, पण काहीसा जंगली आणि खाल्ल्यानंतर बराच काळ जिभेवर रेंगाळत राहणारी चव; पण जणूकाही ते प्रमाणाबाहेर खाल्ले, तर विषारी ठरावेत अशी. मी आणखी थोडे खाल्ले. तिनं माझ्याकडे एक मैत्रीपूर्ण स्मित फेकलं आणि आम्ही दोघी तिथंच गर चघळत उभ्या राहिलो.

"आजचा तुझा दिवस कसा गेला?"

"त्यांनी मला शिरेतून व्हिटॅमिन सी दिलं." ती सांगू लागली. "आणि मग मी संपूर्ण दुपारभर थंडीचे झटके आणि घामाचे लोट सुरू होण्याची वाट पाहत पडून राहिले. एक थेंबही नाही! एक शिरशिरीही नाही! मला इतकं मूर्खासारखं वाटलं! जसं आपण आपली गाडी दुरुस्तीसाठी घेऊन जावी आणि तिथं गेल्यावर ती अचानकच व्यवस्थित चालायला लागावी, असंच काहीतरी."

आम्ही हसायला लागलो.

"तू त्यांना तुझ्या वेदनांबद्दल विचारलंस का?"

तिनं परत एकदा त्या विषयाला बगल दिली. "जाऊ दे ना हेल! अगं, त्या लोकांचा रोजच कर्करोगाच्या रुग्णांशी संबंध येतो. त्यामुळे त्यांना वेदनांविषयी ऐकण्यात काहीच स्वारस्य नसतं."

मी तो विषय तिथंच सोडून दिला. अशा प्रकारे सोडून द्यायला मला शिकायलाच हवं होतं.

"तो ब्रोकन हिलचा मार्ज आठवतो का गं तुला?" तिनं उल्हसितपणे विचारलं. "डोक्याचा तुळतुळीत गोटा असणारी, छोटी काळी टोपी घातलेली ती बाई तुला आवडली होती ना? तुला ठाऊक आहे का, तिला थिओडोर इन्स्टिट्यूटबद्दल कशी माहिती मिळाली ते? परलोक विद्या संशोधक लोकांच्या मंडळाकडून! आणि म्हणून ती इथं, इतक्या लांबवर आली. पुढच्या आठवड्यात कॅनडाहून काही लोक इथं येणार आहेत उपचार घेण्यासाठी!"

ती माझ्याकडे पाहत जिवणी रुंदावून तोंडात मूठभर बिया टाकत हसली. माझ्या तोंडातल्या बियांमुळे मला थोडं कसंसंच होत होतं. मी हातातल्या बिया परत पिशवीत टाकल्या. बाकाखाली मला एक मोठा, लाल झाकणाचा जग दिसला. त्यामध्ये अक्रोड शिगोशीग भरले होते. एखाद्या जीवनशैलीविषयक मासिकातल्या फोटोंमधून झिरपणारं अर्थशून्य वैभव या काचेमागं बंद असणाऱ्या अक्रोडांमधून झिरपत होतं.

"उद्या दवाखाना बंद आहे." ती म्हणाली. "मेलबोर्न कप आहे ना उद्या! आपण चित्रपट पाहायला जायचं होतं, त्याचं काय?"

~

कबुतरांबरोबरची ती सकाळ धूसर, हळुवार अशी होती. माझ्या घरापासून रेसकोर्स अर्ध्या मैलावर होतं आणि सामन्यांच्या आठवड्यामध्ये आमच्या उपनगरांमधले रस्ते सकाळ-संध्याकाळ गर्दीनं भरून वाहत असत. म्हणून मग आम्ही नदीपलीकडच्या साउथ यारामधला एक चित्रपट निवडला आणि आमचं दुपारचं जेवण घेऊन 'बोटॅनिक गार्डन'मध्ये गेलो. सूर्य ढगांआडून बाहेर आल्यानंतर दिवस स्वच्छ प्रकाशानं उजळला. सभोवताली गोल सावली पडलेलं नारळाचं झाड शोधून आम्ही त्याखालच्या हिरवळीवर बसलो. मी बरोबर आणलेली सॅन्डविचेस आणि पाण्याच्या बाटल्या बाहेर काढून ठेवल्या. खाली जमिनीवर बसायला मिळालं की, निकोला नेहमीच आरामशीरपणे बसायची. इतर लोकांच्या तुलनेत तिचा कटिभाग कमरेच्या खोबणीत सैलसर बसवलेला होता. आपल्या फिकट आकाशी रंगाच्या, सुती

स्कर्टच्या खालून आपले लांब, निमुळते पाय दुमडून डौलदारपणे ती बसली.

"हे सगळं तुझ्यासाठी खूप जास्त होतं आहे हेलन; नाही का?" ती म्हणाली.

"हं... मला वाटलं होतं, त्यापेक्षा खूपच जास्त."

"तुला नक्की कशाचा त्रास वाटत होता? मला येणाऱ्या घामाचा?"

मला आता ही आयतीच संधी मिळाली होती. "अंहं, त्याचा नाही, आपला जो एकमेकींबाबत गैरसमज आहे, त्याचा."

तिनं तिचं डोकं गर्रकन वळवलं, "गैरसमज? आपल्यामध्ये?"

"तुला हे असं ऐकायला आवडणार नाही."

"बोल तू."

तिनं सॅन्डविचचा एक नेटका घास घेतला आणि ती थोडी सरकून बसली, ज्यामुळे आता आम्ही दोघीही एकाच दिशेला तोंड करून शेजारी-शेजारी आलो. आता नजरेला नजर भिडणार नव्हती. एखाद्याला रात्री गाडी चालवत दूरवर फिरायला गेले असताना एखादं सत्य सांगायला जेवढी मोकळीक मिळते, तशी तिनं मला आत्ता देऊ केली होती.

"मला मनापासून एक शंका आहे." मी म्हटलं, "दवाखान्याबाबत."

तिनं आपली एकटक रोखलेली नजर समोर तलावापर्यंतच्या उतारावर पसरलेल्या मऊ, व्यवस्थित छाटलेल्या हिरवळीवरून फिरविली.

"मला आश्चर्य वाटलं, असं मी म्हणू शकत नाही." ती हलकंसं हसत म्हणाली, "मला हे आधीपासूनच माहीत होतं की, तू तुझ्यापरीने सर्वोत्तम तेच करते आहेस."

"ते सर्व ठीक आहे, पण या उपचारांच्या वेळीही मला तीच भावना येते आहे, जी भावना मला तू इटरव्हॅलीमधल्या माणसाकडून कोबीचा रस घ्यायचा ठरविल्यावर आली होती. ते लोक भोंदू आहेत, अशी माझी भावना होण्यापासून मी स्वत:ला रोखू शकत नाहीये. एक तर ते तरी भोंदू आहेत किंवा ते स्वत:चीच फसवणूक करून घेत आहेत."

तिनं हसत शांतपणे मान हलवली. हसत, चघळत सतत हसत राहिली. "तू मला त्या बायोकेमिस्टपासून वाचवल्याबद्दल मी तुझी मनापासून आभारी आहे. अगं, पण तो एक लुच्चा माणूस होता. हे लोक वेगळे आहेत. माझा त्यांच्यावर पूर्ण विश्वास आहे. त्यांचे सिद्धान्त भक्कम पायावर आधारलेले आहेत आणि त्यांना माझी खरंच, अगदी खरंच खूप काळजी वाटते."

"तुमचे साहेब कुठे होते?" मी मोठ्या मुश्किलीनं तिला विचारलं, "ज्या सकाळी तू इथं आलीस तेव्हा? त्यांनी तुला एक आठवडाभर आधी बोलावून घेतलं आणि मग तिष्ठत ठेवलं."

"च् च् हेल... अगं, त्यांचं संशोधनासंबंधी काही काम होतं. त्यांना जागतिक प्रगतीच्या बरोबरीनं राहायलाच हवं ना?"

मला या सगळ्याचा प्रमाणापलीकडे उबग आला. "त्या बाकीच्या इतर लोकांचं काय? ते तर किंचितही प्रभावी वाटत नाहीत; हो की नाही? मग अशा लोकांवर तू कसाकाय भरवसा टाकू शकतेस?"

"अगं पण हेलन," तिनं माझ्याकडे अतिशय आश्चर्यानं पाहत म्हटलं, "मला त्यांच्यावर विश्वास ठेवावाच लागेल. माझ्याकडे दुसरा काही पर्यायच शिल्लक नाही. मला स्वत:ला त्यांच्याशी जुळवून घेऊन निश्चयीपणानं त्यांनी दाखवलेला मार्गच स्वीकारला पाहिजे."

"हेच तर माझ्यासाठी खूप कठीण आहे... असं जुळवून घेणं."

ती खाली गवताकडे पाहू लागली. मी तिला दुखावत होते.

"पण एवढा एकच मार्ग आहे." ती म्हणाली, "मी जर त्यांच्यावर विश्वास ठेवला नाही, तर माझ्याकडे एकच उपाय उरतो – तो म्हणजे पडून राहणं आणि म्हणणं की, ठीक आहे; मी हरले. मी... आता मरणार आहे... ये कर्करोगा, ये आणि मला संपव."

उतारावरून आलेल्या एका झुळकीमुळे तिचे केस उडाले आणि मला तिची काटकुळी, केविलवाणी मान दिसली. मी माझ्या हातातलं सॅन्डविच खाली ठेवून तिचे हात हातात घेतले.

"निकोला," मी म्हटलं, "ही दोन अगदी विरुद्ध टोकं आहेत."

"होय. आणि मी त्यांनाच तोंड देते आहे."

तिचा स्वर बराचसा चिडका होता. तिनं माझ्याकडे पाहिलं नाही; फक्त तिचे हात सोडवून घेण्याचा प्रयत्न केला; पण मी ते तसेच धरून ठेवले. किंचित दाबले, थोपटले.

"या दोन्हींमधला आणखीन काही मार्ग नक्कीच असेल." मी म्हटलं, "आपण तो शोधण्याचा प्रयत्न करू शकत नाही का?"

ती माझ्यापासून दूर सरकली आणि तळ्याकडे एकटक बघत राहिली.

"मी... हार मानू शकत नाही." ती म्हणाली, "मी.. हार.. मानणार नाही."

"अगं पण, हे हार मानणं आहे का? तू एका वेळी फक्त त्या एकाच दिवसाचा विचार करू शकतेस ना, जसं ए. ए.चे सदस्य करतात? मी मरणार आहे किंवा मरणार नाही, असं न म्हणता फक्त मी आज जिवंत आहे, असं म्हण ना!"

"तुला नाही कळणार ते. तुझ्यासाठी हे फार वेगळं आहे."

"त्यात वेगळं काय आहे?" मी म्हणाले. 'आपण सगळे समानच नाही आहोत का, मृत्यूसमोर किंवा देवासमोर.' असं खरंतर मला म्हणायचं होतं, पण ते फारच

नाटकी वाटलं असतं.

"तू आयुष्यात खूप गोष्टी केल्या आहेस." ती म्हणाली. "नोकरी केलीयेस, लग्न केलंयस."

"लग्न?" मला एकदम हसूच आलं, "असं तुटलेलं?"

"तुझा परिवार आहे. मी... माझ्या आयुष्याचं वाट्टोळं केलं." ती म्हणत होती. "माझ्याकडे बघ. मी पासष्ट वर्षांची आहे. ते फक्त शोभेपुरतं माझ्याकडे आहे."

तिचा चेहरा उद्वेगानं वेडावाकडा झाला, पण तिनं स्वत:वर ताबा ठेवला. "माझं आयुष्य खरंतर खूप सुंदर होऊ शकलं असतं." ती म्हणाली, "बऱ्यापैकी रूप घेऊन मी श्रीमंत परिवारात काही प्रतिभा घेऊन जन्मले; पण मी ती वाया घालविली. मी स्वत:चं काहीच केलं नाही. मी खूप बावळट, भावनाप्रधान होते. मी कशालाही धरून राहिले नाही.. सतत पुढे-पुढे जात राहिले. अपयशी होत राहिले. माझ्या चांगल्या नशिबाची मी वाट लावली. मी पालथ्या घड्यावर पाणी ओतत राहिले. आता माझ्याकडे काही उरलेलं नाही, यात काहीच नवल नाही."

मी माझा विरोध दर्शवायला तिची खुशामत करणाऱ्या हजारो गोष्टी बोलू शकले असते. पण ताठ मानेनं, हाताची घडी घालून बसलेली अशी ती इतकी सभ्य दिसत होती की, तिला बरं वाटावं म्हणून मी काही बोलणं उद्धटपणाचं ठरलं असतं. म्हणून मग मी गवतावर तिच्याशेजारी बसले आणि तळ्यावरून, हिरवळीवरून, झाडांवरून, आकाशात विहरणाऱ्या ढगांवरून फिरणाऱ्या तिच्या नजरेचा पाठलाग करत राहिले. मग तो उन्हाळ्यातला दिवस आपला आपणच गडद झाला. आमच्या डोळ्यांसमोरून दिसेनासा झाला.

~

आम्ही आमच्या जागेवर बसेपर्यंत चित्रपटगृह आमच्यासारखंच बरंचसं शांत आणि रिकामं होतं. तो सॅली पॉटर्सचा 'येस' चित्रपट होता, ज्यातले संवाद काव्यपंक्तींमध्ये होते. एका घटकेतच आमच्या लक्षात आलं की, या देशातही एक व्यापारी आपत्तीच होती. आम्ही उसासलो, रडलो, एकमेकींना कोपरांनी ढोसल, तोंडावर हात घेऊन घोड्यासारख्या खिंकाळलो. आम्हाला आम्ही जॉन ॲलन असावंसं वाटलं किंवा निदान तिचे रेशमी, उत्कृष्ट इटालियन पद्धतीचे विणकाम असणारे पोशाख घालून, लांब-लांब ढांगा टाकत चालावंसं वाटलं. तिनं सरळ कॅमेऱ्याकडे पाहून सिनेमातल्या शेवटच्या ओळी म्हटल्या...

...वास्तविक मला वाटतं, माझा अंदाज आहे...
जगात 'नाही' अस्तित्वातच नाही, आहे फक्त हो! (Yes!)

आम्ही आनंदानं जयघोष केला.

"हेलन," आम्ही पंट रोडवरून घरी येत असताना निकोला म्हणाली, "देवानं किंवा अशाच कोणीतरी हा चित्रपट आपल्या ओंजळीत टाकला आहे. मला या चित्रपटाच्या दिग्दर्शकाला पत्र लिहायचं आहे आणि आज रात्रीच मी कॉफी एनिमा घेणार आहे."

आम्ही वाइनची बाटली उघडून टी. व्ही.समोर बातम्या ऐकायला बसतच होतो, इतक्यात माझा जावई मिच आणि त्याचा टॉर्क्वायचा मित्र लॉकी असे दोघंही जण माझ्या घराच्या पाठीमागच्या दारातून घरात दाखल झाले. ते तिथंच पाठीमागं शेडमध्ये त्यांच्या चित्राचं काम करत होते. ते तसेच स्वयंपाकघराच्या दाराशी आले होते.

"आम्ही आत येऊ शकतो का?" मिचनं संकोचत विचारलं, "माझी सर्दी आता जवळपास गेली आहे."

निकोलाला ते तरुण आणि त्या तरुणांनाही ती आवडली. ते दोघंही असे अनपेक्षितपणे येऊन आरामखुर्चीत बसताना तिनं प्रेमळ, विचारपूस करणारं स्मित केलं.

"मी जर काही मुद्द्याला सोडून बोललो, तर तू आम्हाला सांगशीलच म्हणा." मिच बोलायला लागला, "एकदा लॉकीशी बोलत असताना सहज मी तुमच्या आजाराबद्दल बोललो. त्याला असं वाटतं की...."

"मी एक प्रकारचा सल्लागार म्हणून काम करतो." मध्येच लॉकी म्हणाला, "एका अशा कंपनीमध्ये, जी विकते... अं...." बोलता-बोलता त्यानं पिशवी जमिनीवर ठेवली आणि त्यातून बऱ्याचशा रबराच्या, चंदेरी-करड्या रंगाच्या पट्ट्या काढल्या. त्या त्यानं कॉफीच्या टेबलावर पसरून ठेवल्या. त्यांतल्या काही गोल होत्या, काही तळपायाच्या आकाराच्या होत्या. आम्ही त्या पट्ट्यांकडे भक्तिभावाने पाहत होतो.

"हे आहे," लॉकी समजावून सांगू लागला, "तुमची प्रतिकारशक्ती कमाल मर्यादेपर्यंत वाढवण्यासाठी. ज्यामुळे तुमच्या शरीरातले विविध अवयव, यंत्रणा सुरळीतपणे काम करू शकतील."

निकोला बसल्या जागी थोडी चुळबुळली. तिच्या चेहऱ्यावरचं हसू थोडंसं मावळल्यासारखं झालं. मिचनं तिच्याकडे एक बेचैन कटाक्ष टाकला. एकदम दार उघडलं गेलं आणि बेसी आत शिरली. तिच्या म्हणण्यानुसार आता तिची सर्दी गेलेली होती. तिच्या केसांच्या घट्ट वेण्या घालून डोक्यावर मुकुटासारख्या बांधून टाकलेल्या होत्या. त्याच्यामुळे ती एखाद्या अल्प बुद्धीच्या व्यक्तीसारखी दिसत

होती. ती आत येऊन तिच्या वडलांच्या गुडघ्यांवर बसली आणि समोरच्या वस्तूंवर वाकली. थोडा वेळ तिथं नि:स्तब्ध शांतता पसरली.

"मला मान्य आहे की, ऐकायला आज जरा विचित्र वाटेल." निकोलाकडे पाहत आपले चमकणारे दात दाखवत लॉकी म्हणाला, "मला असं कधी स्वप्नातही वाटलं नव्हतं की, मी असा कोणाच्यातरी स्वयंपाकघरात चुंबकांनी भरलेली पिशवी घेऊन बसेन म्हणून."

मी हसले.

"चुंबक!" निकोला एकदम चमकून म्हणाली.

"ते पृथ्वीच्या चुंबकीय क्षेत्राची हुबेहूब प्रतिकृती तयार करतात." लॉकी सांगत होता. "ते नक्की कसे काम करतात, ते मला माहीत नाही; पण मी शपथेवर सांगू शकतो की, ते काम करतात. तुम्हा बायकांच्या फ्रीजमध्ये थोडा बर्फ असेल का?"

मी बर्फाचा एक खडा आणून त्याला दिला. तो त्यानं त्यातल्या एका गोलाकार पट्टीवर ठेवला. एका क्षणात बर्फ वितळायला लागला अन् त्या करड्या रबराच्या पृष्ठभागावर एका अनैसर्गिक वेगानं पाणी साचलं, जे पृष्ठभागावरून भरून वाहू लागलं. लॉकीनं त्याच्या खिशातून कागदाचा नॅपकीन काढून ते पुसून घेतलं.

बेसीचं तोंड उघडंच राहिलं होतं, "हे तर जादूच्या प्रयोगाच्या कार्यक्रमात जायला हवं! हे म्हणजे, एखादा कार्टून चित्रपट बघावं तसं आहे." निकोला म्हणाली. मिचनं समाधानानं, आनंदानं प्रत्येकाच्सया चेहऱ्याकडे पाहिलं. "माझे तळपाय कसे दुखायचे, ते आठवतं का हेलन?" त्यानं विचारलं. "मी माझ्या बुटांमध्ये हे रबरी तळवे घातले आणि आता ते अजिबात दुखत नाहीत."

"ते गादीच्या खोळीही बनवतात." लॉकी म्हणाला, "आम्ही घरी तशाच एका गादीवर झोपतो. मला पाठदुखीचा भयानक त्रास होता, पण आता तो गेला आणि जेव्हा मी यातली एखादी चटई घरी जमिनीवर ठेवतो, तेव्हा मी घरात आल्यावर आमचं कुत्रं त्याच्यावर लोळताना दिसतं."

पुढं वाकून आम्ही सगळे हसत होतो.

"त्यानं संधिवात बरा होतो का?" मी विचारलं, "माझ्या पायाच्या अंगठ्याचं हाड भयंकर दुखतं."

लॉकीनं मला एक तळव्यांची जोडी दिली, जी माझ्यासाठी खूपच मोठी होती. मी ते तळवे खाली गालिच्यावर ठेवले. माझ्या पायातले लाल सॅन्डल्स काढून तळपाय मी त्या रबरी तळव्यांवर ठेवले. त्यांचा पृष्ठभाग खूपच आरामदायक, गुळगुळीत आणि मऊ, पण तरीही कडकपणा असणारा होता. मी त्याचा परिणाम जाणवण्यासाठी वाट बघत बसून राहिले. माझी नजर तेव्हा स्वयंपाकघरातल्या टेबलाच्या पायावर स्थिर झाली. लॉकी त्याच्या खेडवळ लकबीत, हेल काढत

कंपनीनं खास चांदीचा खडा बसवलेल्या फिल्टरबद्दल, त्यामधल्या पाण्याबद्दल बोलत होता. तो म्हणाला की, ते पाणी अगदी रेशमासारखं होतं. त्याची मुलं दिवसभर ते पाणी पीत असत. त्याला त्यांना अडवताच येत नसे. याच मुलांवर एक भांडंभर पाणी पिण्यासाठी जबरदस्ती करावी लागत होती. त्याचा आवाज हळूहळू मंद होत गेला आणि माझ्या सभोवताली एक आनंददायक सूर भरून राहिला. मी तशी बऱ्यापैकी सावध होते. खरंतर मला काही गाढ झोप लागलेली नव्हती. तरीही जेव्हा त्वरेनं बाहेर जाऊन, त्याच्या गाडीमधून नमुन्यासाठी आणलेला फिल्टर तो घेऊन आला, तेव्हा जो विषय चालला होता तिकडे माझं लक्ष मला जाणीवपूर्वक वळवावं लागलं.

हे सगळं होत असताना निकोला तिच्या पांढऱ्या आरामखुर्चीत पोक काढून बसलेली होती. लॉकी बोलत असलेल्या पाण्यासंबंधीच्या, वेदनांपासून सुटका मिळविण्याच्या अनुकरणीय गोष्टी ऐकत होती. तिच्या भुवया कपाळात दिसेनाशा झाल्या होत्या आणि हसताना तोंड अर्धवट उघडलेलं होतं. मला एकदम हसूच आलं; इतकी ती लोभस, निरागस दिसत होती.

बोलणं संपवून लॉकी जायला निघाला, तोपर्यंत आम्ही त्याच्याकडून एक मोठा पाण्याचा फिल्टर आणि अंथरुणाशी संबंधित कोणत्याही शर्तीशिवाय पंधरा दिवस वापरून पाहता येण्यासारख्या बऱ्याचशा वस्तू घेण्याचं ठरवून टाकलं होतं. निकोलानं आता तिचं मन बदललं होतं. तिनं जाहीर केलं की, ती मला पाचशे डॉलर किमतीचा फिल्टर घेऊन देणार होती. मी चपलांच्या आतल्या जादूई तळव्यांचे पैसे त्याला चुकते केले आणि ते तळवे माझ्या सॅन्डलच्या मापात कापायच्या मागं लागले. मागचं दार उघडल्याचा आवाज आला, म्हणून बेसी आणि त्या तरुणांच्या पाठीमागून मी बाहेर पाहिले, तर बाहेर अंधार पडलेला होता! आश्चर्यच होतं! ते आमच्याशी दोन तास बोलत होते!

त्याचं असं होतं की, मला व्यवस्थित स्वच्छता पाळून एनिमा देता येत होता. एकदा मी समुईच्या बेटावर गेले असताना मी आतड्यांच्या उपचारासंबंधीचा एक अभ्यासक्रम 'हेल्थ स्पा'मध्ये पूर्ण केला होता. त्यासंबंधीच्या आठवणी काढून आम्ही दोघी कितीदा तरी मनमुराद हसलो होतो, पण आता निकोलाला बहुधा त्याचा विसर पडला होता आणि ती परिस्थिती माझ्या हातात घेता येण्याजोगी नव्हती; पण तरीही रात्रीच्या जेवणानंतर जेव्हा मी तिला स्वयंपाकघरात कॉफी उकळताना पाहिलं, तेव्हा तिचा अंदाज घेण्यासाठी मी तिला विचारलं, "तुला काही मदत लागेल का? म्हणजे मी...."

तिला तेवढं ऐकून घेण्याचीही उसंत नसल्यासारखी तिनं नकारार्थी मान हलविली.

"मला असं वाटतं..." ती तिच्या सगळ्या आयुधांसह बाथरूममध्ये शिरत असताना मी तिला विचारलं, "रात्री झोपायच्या वेळी एनिमा घेण्याची कल्पना बरोबर आहे का? तुला असं नाही का वाटत की, कॅफेनमुळे तुझी झोप उडेल म्हणून?"

"डार्लिंग, असं होईलच कसं?" तिनं उडत्या स्वरात विचारलं, "मी काही ही कॉफी पिणार नाहीये. मला फक्त ती माझ्या पार्श्वभागातून आत भरायची आहे."

मी मुकाट्यानं माघार घेतली. तिच्या बंद दाराआडून मला धपधप, थपथप आवाज ऐकू येत राहिले. मग शांतता आणि मग शिव्याशापांची लाखोली मी ऐकली. मग मी माझ्या खोलीत जाऊन अंथरुणावर आडवी झाले.

~

माझा सेल वाजला. रोझाबेलाचा, न्यू कॅसल इथे राहणाऱ्या माझ्या मैत्रिणीचा फोन होता. पहिली दहा मिनिटं आम्ही दोघी आपापल्या नातवंडांचं कौतुक एकमेकींना आळीपाळीनं ऐकवत आणि ऐकत राहिलो. मी तिला सांगितलं की, माझ्याकडे माझी एक कर्करोगानं आजारी असलेली मैत्रीण राहायला आली होती आणि त्यामुळे मला माझ्या नातवंडांबरोबर नेहमीइतका वेळ घालवता येत नव्हता.

"आई गं, बिच्चारी!" रोझाबेला उत्तरली. "पण तू म्हणतेस की, ती तर सिडनीत राहते म्हणून! मग ती तुझ्याकडे का राहते आहे?"

मी तिला तिच्या दवाखान्याविषयी, तिथल्या उपचारांविषयी सांगितलं.

"च्... च्... तीन आठवडे... तसा बराच मोठा कालावधी आहे गं! तिचा परिवार कुठं आहे?"

खरंतर हा प्रश्न साधासाच होता, पण मी जरा घुटमळले.

"तिचं लग्न झालेलं नाहीये का?"

"नाही."

"मुलं-बाळं... काही नाही?"

"अंहं, नाही. मला तरी आजपर्यंत तिच्या कुटुंबीयांबद्दल समजलेलं नाही. तिच्या काही आत्या आहेत, ज्या तिला बऱ्यापैकी जवळच्या आहेत. काही भाचे आहेत, ज्यांच्यावर तिचं प्रेम आहे. एक खूप म्हातारी आई आहे आणि एक मोठी बहीण, जिला स्वत:च्या काही समस्या आहेत."

एक हलकीशी, शांत अनाकलनीयता... कदाचित थोडी नाखुशी झिरपली. मला उगाचच कानकोंड्यासारखं झालं.

"ती थोडी जिप्सी म्हणता येईल अशा स्वभावाची आहे, असं मला वाटतं."

"जिप्सी? म्हणजे काय?"

"म्हणजे असे लोक, ज्यांना त्यांचं स्वातंत्र्य प्रिय असतं. त्यांच्या मतानुसार ते

कलावंत बनण्यासाठी जे आवश्यक असतं, असंच काहीतरी. चारचौघांसारखं लग्न करण्यात, मुलं-बाळं वाढवण्यात त्यांना मुळीच रस नसतो."

"स्वातंत्र्य?" रोझाबेला म्हणाली, "हं... तुम्ही जेव्हा आजारी पडता, तेव्हा तुम्ही तुमच्या कुटुंबीयांकडेच जाता."

मध्यरात्री मी जेव्हा बाथरूममध्ये गेले, तेव्हा तिथं टॉवेलनी एक बादली भरलेली होती आणि संपूर्ण घरभर एक्स्प्रेसो कॉफीच्या दुकानात येतो तसा वास भरून राहिलेला होता.

पहाटे निकोला अडखळत्या चालीनं, निस्तेज चेहऱ्यानं थरथरत स्वयंपाकघरात आली. तिला अगदी जेमतेमच झोप मिळाली होती. मी काहीही न बोलता तिला नाश्ता दिला. लवकरच तिच्या चेहऱ्यावर तिनं तिचं हसू चिकटवलं आणि तिचे डोळे परत मोठे झाले. "इथून पुढं..." ती म्हणाली, "मी आता फक्त सकाळीच एनिमा घेईन."

दुसऱ्या दिवशीच्या सकाळी ती केस पिंजारलेल्या, भडकलेल्या अवस्थेत बाथरूममधून बाहेर आली.

"मला नाही वाटत की, मी आता परत कधी एनिमा घेईन म्हणून. आपलं गुदद्वार आवळून धरायचं, उठायचं; वेळेत बाथरूममध्ये जाऊन 'ते' बाहेर जाऊ द्यायचं... हे किती अवघड आहे! मला आता या टॉवेलचा कंटाळा आला आहे. माझी तर अशी इच्छा आहे की, असा काही उपाय सापडावा, ज्यामुळे मला माझं ढुंगण त्या भांड्यावर ठेवता येईल आणि मला सगळं आरामशीरपणे करता येईल."

मी अगदी हलक्या स्वरात तिला म्हटलं, "आहे ना! मी मंगळवारी तुला तेच सांगत होते, पण तू तर ऐकायलाच तयार नव्हतीस."

ती गप्प झाली आणि अर्धवट हसत खजील झालेल्या अवस्थेत माझ्याकडे बघत राहिली. हा एक पोकळ विजय होता.

त्या दिवशी संध्याकाळी ती दवाखान्यातून खूपच आनंदी मन:स्थितीत घरी आली आणि तिनं सांगितलं की, तिला एका इसमानं तपासलं. तो एकदम हाडाचा डॉक्टर होता.

"हे तू कसंकाय म्हणू शकतेस?"

"अं..." ती म्हणाली, "अगं, त्यांना नुसतं पाहूनच... ते म्हणत होते की, या वेदना ज्या वाढल्या आहेत, त्या नक्कीच आपल्या उपचारांनी कर्करोग उखडला जातो आहे ना, त्यामुळे होत आहेत."

मी ऐकत, मान डोलावत, हसत राहिले. कारण... ती खूश होती.

मी मनातल्या मनात स्वत:लाच विचारत राहिले की, त्यांनी तिला नक्की काय सांगितलं असेल? आणि कोणत्या भाषेत सांगितलं असेल? कारण उखडून टाकणं, हा शब्द मला खास तिच्या शब्दकोशातला वाटला; जसे बाकीचे काही चकचकीत शब्द. उदाहरणार्थ – माझी अलौकिक भाची, साउथ यारामधलं एक छोटं-बडं हॉटेल इत्यादी शब्द तिच्या जुन्या पद्धतीच्या शब्दकोशातून आले होते.

मॉर्फिनचा जो छोटा डोस ती घेत होती, त्याचा परिणाम हळूहळू कमी होऊ लागला होता. त्या रात्री मानेत आणि खांद्यामध्ये तीव्रतेनं येणाऱ्या वेदनांनी निकोला तळमळत होती. या सगळ्यांसाठी तिच्याकडे समर्थनांचा विपुल साठा होता. अंथरुणावर कुशीवर वळताना तिची मान अवघडली होती. तिचा जाड गाऊन धुवायला गेला होता. भरीत भर म्हणून खिडकीतून येणाऱ्या गार वाऱ्याच्या झुळकीने तिचा खांदा गार पडला होता वगैरे वगैरे. ती जेव्हा असं काही बोलायची, तेव्हा मला वाटायचं की, आता माझं मस्तक फुटणार आहे; पण तरीही आम्ही नेटानं आमची कामं सुरू ठेवली. आम्हाला कशीबशी थोडी झोप मिळाली आणि मग कसातरी एकदाचा दिवस उजाडला.

शुक्रवारी सकाळी थकलेल्या, निस्तेज दिसणाऱ्या चेहऱ्यानं, पण तरीही आनंदी आणि उल्हसित अवस्थेत निकोला दवाखान्यात गेली. तिची 'अलौकिक' भाची, तिच्या मित्राबरोबर, गॅबबरोबर त्या संध्याकाळी सिडनीहून येणार होती आणि रविवारपर्यंत आमच्याबरोबर राहणार होती. मी दुकानात जाऊन आले आणि मग शाकाहारी स्वयंपाक केला. नंतर मी ते दुहेरी फुटन खेचून घेऊन त्याच्या अरुंद, पातळ पट्टीवरच्या पायावर पुस्तकाच्या मांडणीसकट खोलीत उभं करून ठेवलं. वाचण्यासाठी दिवा ठेवला, एका बाटलीमध्ये फुलं घालून ठेवली, टॉवेलच्या घड्या ठेवल्या.

साधारणपणे संध्याकाळी पाचच्या सुमारास माझ्या घराच्या फाटकासमोर टॅक्सी थांबल्याचा आवाज आला. एक उंच, बारीक, लंबुळक्या पायांची, सैल सुती कपडे घातलेली तरुण स्त्री टॅक्सीतून उतरली. तिच्या मागोमाग तिच्याइतकाच बारीक आणि तिच्याच वयाचा तरुण उतरला. तिच्या गडद तपकिरी रंगाच्या केसांचं जंगल आणि त्याचे मऊ काळे केस हा एक फरक सोडला, तर ते दोघं जण बहीण-भाऊच शोभले असते. हातातल्या बॅगांसकट घराचा नंबर शोधत ते तिथल्या झाडाखाली एक-दोन क्षण घुटमळले. त्यांचे ते लाजरे, बुद्धिमान चेहरे पाहून माझा कंटाळा, भीती कुठल्या कुठं पळाली. मी घाईघाईनं त्यांना सामोरी गेले आणि स्वत:ला त्या 'अलौकिक' भाचीच्या मिठीत झोकून दिलं.

डीप फ्रीझरमध्ये ठेवलेलं पेय काढून घेऊन आम्ही तिघंही जण ग्लासमधून त्याचे मोठे घुटके घेत निकोला येण्याच्या वेळेपर्यंत 'पुढे काय करता येईल' यावर बोलत राहिलो.

"एकदा एका रात्री मी तिला सुचवलं होतं –" आयरिस सांगत होती. "ज्या वेळी मला तिनं थंडीच्या येणाऱ्या झटक्यांबाबत सांगायला फोन केला होता... तेव्हा मी तिला सुचवलं होतं की, तीन आठवड्यांऐवजी तिनं दोन आठवड्यांनीच

सिडनीला परत यावं. तुला काही बोलली का ती त्याबाबत?''

''एक अवाक्षरही नाही.'' मी म्हटलं.

''ती तुझ्याकडे तीन आठवडे राहणार आहे, या कल्पनेनंच मी धास्तावले होते. ती लोकांकडून काय करवून घेते, याची तिला अंधूकशीही जाणीव नसते. तिचा तो चीड आणणारा प्रफुल्लितपणा अगदी चोवीस तासांतच तुम्हाला वेडं करून सोडतो; पण तुम्ही तिला या गोष्टी जर सरळ-सरळ सांगितल्यात, तर ती उसळते. म्हणून मग मी मनाशी विचार करून गुपचूप तिचं विमानाचं तिकीट काढून फोनवरून ही गोष्ट हळूहळू तिच्या गळी उतरवायचा प्रयत्न केला, जी कदाचित या आठवडाभरात तिला पटली असती आणि मग ती रविवारी गॅब अन् माझ्याबरोबर सिडनीला परतली असती. पण ती कसली ऐकते? ती फक्त एकच पालुपद घोळवत राहिली की, मला माहीत आहे की, मी पूर्ण बरी होणार आहे आणि समजा, मी जर उपचार सुरू ठेवले नाहीत, तर मी मरेन.''

आम्ही हताशपणे एकमेकांकडे पाहिलं.

''नक्की कशा प्रकारचे उपचार आहेत?'' गॅबनं विचारलं.

कोणताही पूर्वग्रह न बाळगता त्या दोघांच्या या उपचारपद्धतीबाबत काय भावना असतील, त्याचा विचार करून मी त्या उपचारपद्धतीबाबत त्यांना समजावून सांगितलं; पण जेव्हा मी त्यांना इलेक्ट्रोडच्या मदतीनं देण्यात येणाऱ्या ओझोन-सौनाबद्दल सांगायला सुरुवात केली, तेव्हा त्या दोघांनाही आपापले चेहरे कोरे ठेवणं शक्य झालं नाही. आम्ही चुळबुळत, एकमेकांची नजर चुकवत कोचावर बसून राहिलो. आमच्या भावनांचा असा उद्रेक होत असताना मध्येच पाठीमागचं दार उघडलं आणि बेसी आत शिरली.

''हॅलो, चिंगे!'' बाहीला आपले डोळे पुसत आयरिस म्हणाली, ''कोण आहेस तू? ये... इकडे ये ना!''

बेसी सरळ त्या कोचाकडे गेली आणि बेधडकपणे त्या दोघांच्या मध्ये घुसून बसली. त्यांची परीक्षा घेण्याच्या थाटात तिनं आपली मान शांतपणे आळीपाळीनं दोघांकडे वळवून त्यांचं वरपासून खालपर्यंत निरीक्षण केलं. आयरिसने अधीरपणे तिच्या गळ्याभोवती आपले हात टाकले आणि आम्ही मग बराच वेळ बोलत राहिलो.

फोन वाजला. तो घ्यायला बेसी धावली. गोंधळलेल्या चेहऱ्यानं तिनं पलीकडच्या व्यक्तीचं बोलणं ऐकलं. मग फोन तिनं माझ्याकडे दिला. सुरुवातीला दुसऱ्या बाजूला शांतता होती. मग एक खरखरीत, घोगरा, खाकरल्यासारखा आवाज आला.

''कोण बोलतं आहे? निकोला?... तू बोलते आहेस का?''

घुसमटलेल्या आवाजात ती काही असंबद्ध शब्द बोलली.

"तू कुठे आहेस?"

ती थिओडोर इन्स्टिट्यूटमध्ये होती. तिला बरं वाटत नव्हतं. घरी कसं यावं, हे तिला कळत नव्हतं. हातात गाडीच्या किल्ल्या घेऊन मी निघतच होते, तोपर्यंत कोलेट फोनवर आली.

"हेलन," तिनं चिवचिवत्या स्वरात बोलायला सुरुवात केली. "हॅलो! कसा गेला आजचा दिवस? निकोलाला आत्ता जरा व्हिटॅमिन सीच्या डोसचा त्रास होतो आहे. थोडी थरथर जाणवते आहे तिला; पण तुम्ही काळजी करू नका; सर्वकाही ठीक आहे. मला जरा एवढंच सांगायचं होतं की, आता आमची इन्स्टिट्यूट बंद होण्याची वेळ आली आहे...."

माझ्यामध्ये एकदम कसलातरी स्फोट झाला. तिची ही अशी अवस्था केव्हापासून होती कुणास ठाऊक! मी जवळजवळ किंचाळतच विचारलं, "तुम्ही याआधीच मला फोन का नाही केलात? आत्ता ही प्रचंड गर्दीची वेळ आहे. सगळे रस्ते वाहनांनी गच्च भरून वाहत असतात. मला गावात पोहोचायला निदान तासभर तरी लागेल."

कोचावरून तीन चेहरे माझ्याकडे रोखून पाहत होते.

"हेलन, तू अशी घाबरून जाऊ नकोस." कोलेट मला म्हणत होती. "निकी इथंच माझ्या बाजूला आहे. ती छान मजेत हसते आहे. तिची इच्छा आहे की, मी तुम्हाला सांगावं की, ती बरी आहे."

"ही काय पद्धत आहे?" मी किंचाळले. "तुम्ही तिला अशा अवस्थेत टॅक्सीमध्ये कोंबून पाठवून देण्याचा विचार तर नाही करत आहात ना? आता तुम्हीच मला सांगा की, आम्ही तिला घरी कसं घेऊन यावं, असं तुम्हाला वाटतं?"

मला फोनवर काहीतरी दबक्या स्वरातली कुजबुज ऐकू आली.

"एक आनंदाची बातमी आहे!" कोलेट आनंदी स्वरात म्हणाली, "प्रोफेसर थिओडोर तुमच्याच बाजूला राहतात. ते तिला घरी सोडतील. ते दोघं एक अर्ध्या तासात तुमच्या घरी पोहोचतील."

मी दाणकन रिसिव्हर आदळला. "ते इथे येताहेत. तो भामटा, जो हा दवाखाना चालवितो, तो तिला इथं आणून सोडणार आहे."

"कोण? ...कोण? ....कोण?" बेसीनं विचारलं.

"बघू या, ते कोण आहेत ते." गॅब म्हणाला. "तुम्ही निकोलाची खोली ठीकठाक करा. आम्ही दोघं इथलं आवरून घेतो."

मी बेसीचा हात धरला आणि ती विरोध करत असतानाही तिला कुंपणाच्या सापटीपर्यंत ओढत घेऊन गेले. "मला आत्ता कदाचित खूप कठोरपणानं बोलावं लागणार आहे आणि तू ते ऐकू नयेस, असं मला वाटतं." मी तिला म्हटलं.

मग मी माझ्या ऑफिसमध्ये आले आणि माझ्या माहितीतल्या माझ्या वकिलाचा नंबर फिरविला. सुदैवानं ती अजून तिच्या ऑफिसमध्येच होती.

"मला एका संशयास्पद वाटणाऱ्या पर्यायी आरोग्य चिकित्सालयाबद्दल तक्रार नोंदवायची होती. त्यासाठी कोणत्या सरकारी कार्यालयात जावं लागेल?"

"माझ्या मतानुसार, हेल्थ सर्व्हिस कमिशनकडे तक्रार नोंदवावी लागेल." तिनं शांतपणे उत्तर दिलं. "काय चाललं आहे एवढं?"

"मला जरा धमकीवजा असं काही बोलायचं आहे आणि मला ते बोलणं पोकळ वाटायला नको आहे."

अर्धा तास उलटला, एक तास झाला मी सारखी दाराकडे पळत होते. रस्त्यावर या टोकापासून त्या टोकापर्यंत पाहत होते, पण त्यांची कुठेही नामोनिशाणी दिसत नव्हती. सात वाजता मी चांगलीच अस्वस्थ झाले. दवाखान्याचा पत्ता शोधून त्यावर दिलेल्या फोन नंबरवर फोन लावला. त्यांचं उत्तर देणारं यंत्र सुरू होतं. त्यांचा दवाखाना सोमवारपर्यंत बंद होता. त्या दवाखान्याच्या पत्त्यावर खालच्या बाजूला मोबाइलचा (भ्रमणध्वनीचा) नंबर दिला होता. मी तो नंबर फिरविल्यावर एका पुरुषानं फोन घेतला.

"मी माझी मैत्रीण निकोलाला शोधते आहे. ती थिओडोर इन्स्टिट्यूटमधली रुग्ण आहे." मी म्हटलं. "कोणीतरी तिला घरी पोहचविणार होतं. मला तिची काळजी वाटते आहे. ती कुठे असेल, याबाबत तुम्हाला काही कल्पना आहे का?"

"हो, हो निकोला माझ्याबरोबरच आहे." त्या पुरुषानं उत्तर दिलं. "आम्ही आत्ताच माउंट अलेक्झांडर रोडवर वळलो आहोत."

"ती बरी आहे का?"

"ती छान आहे. आम्ही एक दहा मिनिटांत तुमच्या घरी पोहोचू."

"तुम्ही प्रोफेसर थिओडोर बोलत आहात का?"

"हो, बोलतोय."

"मला तुमच्याशी जरा खूप महत्त्वाचं बोलायचं आहे," मी म्हटलं, "निकोलाच्या उपचारांसंबंधी."

"अं... ठीक आहे." ते म्हणाले, "तुम्हाला जे काही बोलायचं आहे, ते तुम्ही आत्ताच बोललात तर बरं होईल."

मला वाहनांच्या वर्दळीचा आवाज येत होता. "माझ्या मैत्रिणीला तुम्ही गाडीत बसवून गाडी चालवत असताना मला तुमच्याशी याबाबत बोलायचं नाहीये."

"मला तुम्हाला सांगताना वाईट वाटतं आहे की, ही तुम्हाला मिळालेली शेवटची संधी आहे." ते सुस्तावलेल्या स्वरात म्हणाले, "मी उद्या सकाळीच परदेशी चाललो आहे."

काय? ते परत बाहेर जाणार होते? माझे हात थरथरायला लागले.

"तुम्ही जेव्हा तिला माझ्या घरी पोहोचवाल, तेव्हा" मी म्हटलं, "मला वाटतं तुम्ही आत यावंत."

फोन बंद झाला.

ताजीतवानी, लिंबांचा सुगंध लेऊन बाथरूममधून आयरिस बाहेर आली. तिचे दाट कुरळे केस तिनं पाठीमागं गडद रंगाच्या सुती पट्टीनं बांधले होते. माझ्याकडे बघून ती हसली आणि कोचावरच्या गुबगुबीत उश्या नीट लावून ठेवू लागली. स्वच्छ टी-शर्ट घालून गॅबही बाहेर आला.

"ठीक आहे हेलन," तो म्हणाला. त्याचे तपकिरी रंगाचे डोळे खोल खोबणीत बसवलेले होते. "मी आता काहीही करायला तयार आहे."

मला त्या क्षणी कृतज्ञतेच्या भावनेच्या हुंदक्यात विरघळून जावंसं वाटलं. ते तरुण होते, सुजाण होते आणि माझ्या बाजूनं होते.

~

दारातून आधी निकोला आत आली, तिच्या पाठोपाठ एक सुटातला माणूस आत आला. दिवाणखान्यातून धडपडत ती तिच्या खोलीकडे गेली. तिचे दात कडकड वाजत होते.

"पाणी... मला थोडं पाणी दे... आणि... आणि ती... एक ती...."

"तुला मॉर्फिन हवं आहे का?"

ती झोकांड्या खात तिच्या अंथरुणाकडे गेली. गुडघ्यांत वाकत ती अंथरुणात कुशीवर कोसळली.

तो माणूस अजून पुढच्या दाराशीच घुटमळत होता; जणूकाही तो दाराला कडी घालणार होता! मी आधी स्वयंपाकघरात पाणी आणायला धावले आणि मग तिच्या खोलीत. तिचे दात कडकड वाजत होते, अंगातून घामाच्या धारा वाहत होत्या. मी तिचे ओलेचिंब झालेले कपडे आणि बूट काढून टाकले. ती वेदनांनी विव्हळत होती, धापा टाकत होती; पण तरीही एक गोळी घेऊन ग्लासभर पाणी प्यायल्यामुळे तिच्या केविलवाण्या चेहऱ्यावर तिनं तिचं या कानापासून ते त्या कानापर्यंतचं रुंद, भीतिदायक, चीड आणणारं हसू टिकवून ठेवलं होतं.

मी तिच्या हातातून भांडं घेतलं आणि मग तिला नीट उशीवर टेकवून झोपवलं. अर्धवट ग्लानीत, माझ्याकडे चिंतातुर नजरेनं पाहत तिनं काहीतरी बोलण्याचा प्रयत्न केला.

"मी जरा आता त्या हरामखोराकडे पाहते." असं म्हणून मी वळले आणि दाराच्या दिशेनं निघाले.

"हेलऽऽ" कर्कश्श स्वरात तिनं मागून मला हाक मारली. "हेल... हेल...

त्यांनी काहीच चुकीचं केलेलं नाही.''

गॅब आणि आयरिस प्रोफेसरना पाठीमागच्या खोलीत घेऊन गेले होते आणि त्यांनी त्यांना आरामखुर्चीत बसवलं होतं. ते खुर्चीत व्यवस्थित पाठीमागं सरकून, आरामात पाय ताणून आणि दोन्ही हात खुर्चीच्या दोन्ही हातांवर ठेवून बसलेले होते. आम्ही चोरट्या नजरेनं एकमेकांना न्याहाळलं. माझ्या कल्पनेत प्रोफेसरांची छबी अतिशय देखणी, रुबाबदार, उन्हानं रापलेली, जगभर फिरून आलेली अशी होती; पण प्रत्यक्षात त्यांनी घातलेल्या घट्ट सुटामध्ये आणि पायात सरकवता येणाऱ्या बुटांमुळे खरंतर ते एखाद्या फिरस्त्या विक्रेत्याप्रमाणे किंवा एखाद्या धर्मोपदेशकाप्रमाणे दिसत होते. टक्कल पडत चाललेला, निस्तेज झालेला, तरीही सगळ्याला तोंड द्यायला निघालेला बेरड चेहरा होता त्यांचा!

आयरिसनं चहाचा ट्रे आणून मधल्या छोट्या टेबलावर ठेवला. काचेच्या आणि चिनीमातीच्या आवाजानं तिथल्या विचित्र शांततेला तडा गेला.

''माफ करा, पण मला वाटतं की, मी अजून जेमतेम एक मिनिटभर थांबू शकेन.'' चहाचा घुटका घेत त्रयस्थ स्वरात प्रोफेसर म्हणाले, ''मेक्सिकोला होणाऱ्या एका चर्चासत्रासाठी मला उद्या सकाळी लवकर निघायचं आहे.''

''तुम्हाला नेहमीच कसंकाय शहराबाहेर जायचं असतं?'' मी शेवटी तोल सुटून बोलले, ''आणि आत्ता तुम्ही मला फोनवर ती छान आहे, असं का सांगितलंत? तिच्या तोंडून शब्द फुटत नाहीये, वेदनांनी ती तळमळते आहे, तडफडते आहे याला तुम्ही छान म्हणता?''

डोळ्यांच्या कोपऱ्यातून गॅब मान खाली घालून हातांकडे बघत असलेला मला दिसला. पाण्याचा ग्लास उचलून मी पाण्याचा एक मोठा घोट घेतला.

''या उपचारांचा अनुभव असणाऱ्या कोणालाही'' प्रोफेसरांनी म्हटलं, ''हे माहीतच असतं की, अशा प्रतिक्रिया या अगदी अल्प काळ टिकणाऱ्या असतात.''

''मला त्याचा अनुभव आहे. गेल्या पंधरा दिवसांपासून मी या अशा अनुभवांचे तुकडे गोळा करते आहे. तुम्ही मला हे सांगितलंच पाहिजे की, तुम्ही का तिचा असा छळ मांडला आहात?''

त्यांनी माझ्याकडे स्थिर नजरेनं पाहिलं. ''कर्करोगावरचे बरेचसे उपचार एखाद्या नवख्या, अशिक्षित माणसाला 'छळवणूक' वाटू शकतात.'' ते म्हणाले.

''बरोबर आहे तुमचं; पण हे उपचार कशाच्या आधारानुसार केले जातात? व्हिटॅमिन सीचा उपयोग होतो, हे दाखवणारे काही पुरावे आहेत का? आणि तुमच्याकडे प्रशिक्षित कर्मचारीवर्ग देखरेखीसाठी का नेमलेला नाही?''

ते आश्चर्यचकित झाले. ''आमच्या कर्मचारीवर्गाने हे उपचार करण्यासाठीची आवश्यक पात्रता मिळविलेली आहे. त्यांच्यापैकी एक जण विशेष तज्ज्ञ आहे.''

मी तोच धागा पकडून त्यांना बेधडकपणे विचारलं, ''तुम्ही लोकांना सत्य का सांगत नाही? तिला वाटतं आहे की, तिचा कर्करोग बरा होणार आहे आणि तुम्हाला हे नक्की माहिती आहे की, तो होणार नाहीये.''

''आम्ही आमच्या रुग्णाचं पूर्वनिदान करत नाही.'' बशीमध्ये कप ठेवत प्रोफेसर म्हणाले.

''साफ खोटं आहे हे!'' मी म्हटलं. ''मी तिची फाइल पाहिली आहे. त्याच्यामध्ये मोठ्या, जाड अक्षरांत स्पष्ट छापलेलं आहे 'सहा महिने'. तुम्ही लोकांची अशी दिशाभूल कशीकाय करू शकता? किती लाजिरवाणी गोष्ट आहे ही! तुम्हाला लाज वाटली पाहिजे.''

आयरिसनं पुढं होऊन तिचा हात माझ्या मांडीवर ठेवला. मी स्वतःवर ताबा ठेवण्याचा प्रयत्न केला; पण जेव्हा प्रोफेसरांनी त्यांच्या भुवया उपहासानं उंचावल्या, तेव्हा मात्र माझा बांध फुटला.

''तुम्ही या वेळेस असे सुटणार नाही, कारण मी तुमच्या विरुद्ध तक्रार देणार आहे.''

''कोणाकडे म्हणे?'' मान तिरपी करून, हेल काढून त्यांनी विचारलं.

मी माझा हुकमाचा एक्का टाकला, ''हेल्थ सर्व्हिस कमिशनकडे.''

त्यांनी थोडंसं हसल्यासारखं केलं. ''ओऽऽ होऽऽ! आणि मी हे विचारू शकतो का की, तुम्ही नक्की काय तक्रार करणार आहात?''

संतापानं विष भिनलेल्या माझ्या या अशा अवस्थेत मी कोणाच्याही कामाची नव्हते. संतापानं लाल झालेल्या चेहऱ्यानं मी माझ्या खुर्चीत बसले.

गॅबनं एक दीर्घ श्वास घेतला, ''हे बघा प्रोफेसर थिओडोर,'' त्यानं त्याच्या मृदू, शांत स्वरात सुरुवात केली. ''आयरिस आणि मी – आम्ही दोघंही या वैकल्पिक उपचारपद्धतीच्या बाजूनं आहोत, पण ज्या अवस्थेत निकोला उपचारांनंतर घरी येते, त्यामुळे आम्हाला खूप काळजी वाटते आणि आम्हाला असं वाटत होतं की, कदाचित तुम्ही तुमच्या दवाखान्यात देत असलेल्या व्हिटॅमिन सीच्या उपचारांना काय शास्त्रीय आधार आहे, हे समजावू शकाल. आम्हाला ते जाणून घ्यायला नक्कीच आवडेल. कदाचित इंटरनेटवर या बाबतची माहिती वाचायला मिळू शकेल. तुम्ही आम्हाला या बाबत काही सांगू शकाल का?''

प्रोफेसरांनी जशी त्यांच्या अधिकारांविषयी सांगायला सुरुवात केली, तशी मी तिथून उठून मागच्या व्हरांड्यात आले. भाज्यांच्या ताफ्यांमधून जाणारी वाट मी निवडली आणि कुंपणाच्या सापटीमधून डोकं बाहेर काढून पाहिलं. शेजारचं अंगण रिकामं होतं. ते सगळे जण आत बसून चहा घेत असावेत. तिथल्या वाळलेल्या गवतावर मुलांच्या वस्तू पडलेल्या होत्या. बॅलेचा एक गुलाबी रंगाचा बूट ट्रॅम्पोलिनच्या रबरी पृष्ठभागावर पडलेला होता. अंजीराच्या झाडाच्या फांदीला झोपाळा लटकत

होता. तोंडामधून गवताचं एक लांब पातं डोकावत असणारा एक गिनीपिग बार्बेक्यूशेजारच्या डांबरी रस्त्यावरून उगाचच इकडे-तिकडे धावत होता. मी अगदी नीरसपणे त्याच्या बाहेर आलेल्या डोळ्यांकडे, त्याच्या गलेलठ्ठ मानेकडे आणि बोजड खांद्यांकडे पाहिलं. कशासाठी असतील हे गिनीपिग? गिनीपिग म्हणजे खरंतर केसाळ मांसाचा एक गोळा असतो. पेरूमधले लोक त्यांना भाजून खातात; पण इथं तर ते उत्क्रांतीतून वगळल्याप्रमाणे इतिहासपूर्वकालीन वाटत होते. कुरतडण्याच्या, चघळत राहण्याच्या, बिळं करून पैदास वाढविण्याच्या अर्थहीन, निरुद्देश्य कामांमध्ये गुंतलेले गिनिपिग! जागेचा आणि शक्तीचा नुसताच सत्यानाश!

मला हे असं काय झालं होतं? अशा एखाद्या दुसऱ्याच्या अंगणात वावरणाऱ्या छोट्या, निरुपद्रवी जिवांचा तिरस्कार मी कशी काय करू शकत होते?

कुत्रं, घोडा आणि उंदरांना का आयुष्य मिळावं?

...आणि एकही श्वास नाही.

~

प्रोफेसर दिवाणखान्यातून पाठीमागं जात असताना मी गुपचूपपणे स्वयंपाकघरात शिरले. निकोलाच्या खोलीच्या बंद दारासमोरून ते जात असताना मी त्यांना गाठलं, तेव्हा त्यांनी माझ्याकडे बघून मला विचारलं, ''मी इथून निघण्यापूर्वी निकोलाला मला भेटायचं आहे का, हे जरा बघता का?'' तिथल्या अंधारातही मला त्यांच्या चेहऱ्यावरचे भाव स्पष्ट दिसले.

मी दार उघडून दबक्या पावलांनी आत गेले.

ती जागीच होती, पण कमालीची पांढरीफटक आणि अशक्त दिसत होती. ''प्रोफेसर थिओडोर निघाले आहेत. जाण्यापूर्वी त्यांना तुला एकदा बघून जायला हवं आहे का तुला?''

''मला बरं वाटतं आहे.'' ती अगदीच क्षीण, अडखळत्या स्वरात म्हणाली. ''त्यांना सांग की, मी आता बरी आहे आणि हो हेल, तू त्यांचे आभार मानशील का? त्यांना म्हणावं की, मी त्यांची खूप आभारी आहे.''

मी कशीबशी त्या खोलीतून बळेच बाहेर आले. ते तिथंच वाट पाहत थांबलेले होते. वरकरणी तरी त्यांच्या चेहऱ्यावर व्यावसायिक तळमळ, काळजी दिसत होती. मी तिच्या शब्दांचा पुनरुच्चार केला. त्यांनी मान हलवली आणि ते त्यांच्या गाडीकडे निघाले. त्यांनी गाडीचा दरवाजा उघडल्यावर त्यांच्या पाठीमागचं फाटक बंद झालं. जाता-जाता मागं वळून ते एक वाक्य म्हणाले, ''या आठवड्यात हवा बरीच चांगली आहे; नाही का?''

निकोला झोपली होती किंवा निदान आम्ही तरी तसं गृहीत धरलं होतं, कारण तिच्या खोलीतून कसलीच हालचाल जाणवत नव्हती. आयरिस आणि मी पायजमे घालून सोडा पीत, आमच्या नखांना आकार देत आणि रंगवत मख्खपणे टी. व्ही. बघत कोचावर पडलो होतो. तर गॅब इंटरनेटवर काहीतरी धुंडाळत बसला होता. अकराच्या सुमारास तो दिवाणखान्यात आला. तो त्याच्या पाठीच्या कण्याची हाडं वरपासून खालपर्यंत मोडू शकत होता.

"व्हिटॅमिन सीला पुष्टी देणारा कोणताही भक्कम पुरावा मला सापडला नाही." तो सांगू लागला. "साठच्या दशकामध्ये त्या बाबतीत प्रत्येक जण खूपच उल्हसित झाला होता, पण नंतर वेळोवेळी घेतल्या गेलेल्या चाचण्यांमध्ये ते चांगलेच आपटले, कारण ते सर्व फक्त रुग्णाची समजूत घालण्यासाठी औषधाच्या नावाखाली केलेले प्रयोग होते. ते काहींच्या बाबतीत लागूही पडलं. थिओडोरांनी उल्लेख केला होता की, कोणीतरी वेक्स्टर नावाचे एक गृहस्थ एक महत्त्वाचा पेपर वाचणार आहेत म्हणून...."

"पेपर?" आयरिसने विचारले, "काय... फक्त एक?"

"हं. मी त्या गृहस्थांना शोधून काढलं आहे; पण सगळी मासिकं, ज्यांच्यामध्ये ते त्यांचं संशोधन प्रसिद्ध करतात, ती सगळी उच्च वैकल्पिक आहेत. त्यांपैकी काही मासिकं तर त्यांची स्वत:चीच आहेत. आणखी एक गोष्ट, जी मी थिओडोर यांच्या बाबतीत शोधून काढली आहे; ती म्हणजे ते एक पशुवैद्यक आहेत."

त्यानं स्वत:ला कोचावर झोकून देऊन आपलं डोकं आयरिसच्या मांडीवर ठेवलं.

"संशोधन करणारा वैज्ञानिक असं ते स्वत:ला म्हणवितात." असं त्यानं पुढं सांगितलं. एका विचित्र अशा शांततेत आम्ही तिघंही अस्ताव्यस्त अवस्थेत बसून

राहिलो. ''मी विचार करत होते'' आयरिस म्हणाली, ''की, हेलन इतकी का संतापली असेल?''

''परमेश्वरा! मी माझ्या त्या वागण्याबद्दल बोलणारच होते.'' उठून बसत मी म्हटलं, ''मला माफ करा; माझा तोल सुटला होता. माझ्यातलं हे वैगुण्य आहे की, मी अतिशय रागीट व्यक्ती आहे. माझा राग, संताप ही माझी दुबळी बाजू आहे.''

गॅब अस्फुटसं हसला आणि त्यानं आयरिसकडे पाहिलं. तिचे गाल गुलाबी झाले होते. तिनं दिवाणखान्याच्या दाराकडे एक तिरपा कटाक्ष टाकला आणि आपला आवाज अगदी हळू केला.

''तुला समजायला हवं'' ती म्हणाली, ''की, माझं निकोलावर किती प्रेम आहे ते. माझ्या लहानपणापासून माझ्यासाठी ती एक उदात्त व्यक्तिमत्त्व आहे; पण मी माझ्या आयुष्यात एवढी कधीच संतापलेली नव्हते, जेवढी ती माझ्याकडे राहायला आल्यावर संतापले होते. मला तर खरंच असं वाटायला लागलं होतं की, मी स्वत:लाच मारून टाकावं आणि तिला कर्करोगाच्या संकटातून वाचवायला हवं.''

''मला माहिती आहे की, ती तुझ्याबरोबर प्रदीर्घ काळाकरता राहिली होती.'' मी म्हटलं, ''मी तिला अतिशय कुशलतेने, गोड-गोड शब्दांतले इ-मेल करण्यात तासन्‌तास घालविले आहेत – 'तुला असं नाही का वाटत की, एलिझाबेथ बेमधल्या तुझ्या जागेपैकी थोडी जागा तू भाड्याने द्यावीस? आयरिसला किती त्रास देणार तू?' त्यावर तिच्या नेहमीच्या ढंगात ती उत्तर द्यायची – डार्लिंग, अगं, आयरिस माझ्यावर जिवापाड प्रेम करते; माझा आदर करते. मी इथं राहिलेलं तिला आवडतं.''

यावर आम्ही सगळेच कसंनुसं हसलो.

''ती एप्रिलपासून तिथं माझ्याकडेच होती.'' आयरिस सांगत होती. ''आणि तिची तिथून हलण्याचीही काही चिन्हं दिसत नव्हती. मेलबर्नला तर ती फक्त सुटीवर आली आहे. माझ्या पुढच्या हॉलमध्ये अजूनही तिचं सामान तसंच रचून ठेवलेलं आहे.''

''तो फक्त एक बेडरूमचाच फ्लॅट आहे.'' गॅब उत्तरला, ''कसलाही कडवटपणा मनात न आणता आयरिसनं तिचा पलंग निकोलाला दिला. आम्ही दोघं जण बाहेर दिवाणखान्यात जमिनीवर झोपत होतो.''

''माझी मीमांसा ऐकायची आहे का?'' आयरिस म्हणाली, ''हे तर फारच भयानक आहे की, निकोला आपल्याला मोकळीक द्यायला नकार देते; पण म्हणून ते काही बदलणार नाही. ते तसं बदलणार नाही, कारण मुळात ते अस्तित्वात आहेच. म्हणून कोणालातरी ते जगावं लागतं. तिच्या सभोवतालच्या हवेतही ते आहे, जशी स्थिर विद्युत् शक्ती. रात्री ती जेव्हा घरात शिरली, तेव्हा मला ती जाणवली. मला तर जणूकाही तापच भरला! माझ्या हृदयाची गती एकदम वाढली.''

मी तिच्याकडे एकटक बघत विचारलं, "म्हणजे तुला असं म्हणायचं आहे का की, असं वाटणारी मी काही एकटीच नव्हते?"

"अंहं. अजिबात नाही. मला पूर्ण कल्पना आहे, तुला काय वाटलं असेल याची. हे सगळं खूप भयंकर आहे. हे म्हणजे, वेडं व्हायचं इंजेक्शन घेण्यासारखंच आहे!"

"मला तर माझ्या हातांच्या पाठीमागच्या बाजूला खूप टोचतं." मी म्हटलं, "तिनं आपल्याला सगळ्या वाईट गोष्टींचं वाहक बनवून टाकलं आहे आणि आपणही काही ना काही कारणांनी ते तसं होऊही दिलं आहे. चेहऱ्यावर ते घाणेरडं हसू घेऊन, पुढच्या आठवड्याच्या मध्यापर्यंत ठीक होणार आहे, असं सगळ्यांना सांगत ती इकडे-तिकडे फिरत राहते आणि तोपर्यंत आपण आपलं तिचं दुःख, यातना हळूहळू सहन करत राहतो."

"लोक असं करू शकतात?" आपल्या कोपरांवर हनुवटी रेलत गॅबनं विचारलं.

"तुला आठवतं का गॅब?" आयरिसनं विचारलं, "पहिल्यांदा जेव्हा तिला व्हिटॅमिन सी दिलं होतं; ती आजच्यासारखीच अर्धबेशुद्धावस्थेत होती; पण त्यांनी तिला तशाच अवस्थेत हुसकावून दिलं होतं आणि प्रचंड गर्दीच्या वेळी तिला गाडी चालवत हार्बर ब्रिज पार करून घरी यावं लागलं होतं. माझा तर विश्वास बसेना. मी रागानं वेडीपिशी झाले होते. त्या क्षणी मला त्यांच्या दवाखान्यात जाऊन समोरच्या खिडकीतून आत बॉम्ब फेकावासा वाटला होता; पण दुसऱ्या दिवशी सकाळी ती इतकी उत्फुल्ल होती की, शेवटी मला वाटायला लागलं की, बहुधा काल मी जरा जास्तच मनाला लावून घेतलं असेल. तिनंही माझी समजूत घातली. मला अगदी मूर्ख ठरल्यासारखं झालं."

"हे म्हणजे, अगदी हवाच काढून घेतल्यासारखं झालं!" गॅब म्हणाला.

"इथंपण ती तेच करते आहे." मी म्हटलं, "माझी तर ती अक्षरशः टर उडवते."

त्या दोघांनीही माझ्याकडे पाहिलं. आयरिसचे ओठ थरथरत होते.

"ती आल्यापासून मला रात्रीची झोप फार क्वचितच मिळाली असेल." मी म्हणाले, "मी खरेदीला जाते, स्वयंपाक करते, साफसफाई करते, फोन घेते. मी तिच्या हाताखालची मोलकरीण असते, धोबीण असते. तिच्या घाणेरड्या गाद्या मी काढते, उचलते, उन्हात नेऊन वाळायला घालते. हे सगळं सगळं ठीक आहे. खरंच ठीक आहे. मी तिच्यासाठी काहीही केलं असतं; पण मागच्या आठवड्यात तिनं मला हे निक्षून सांगितलं की, तिला नर्सची आवश्यकता नाही."

आम्हाला आमचं हसू टाळण्यासाठी आमची तोंडं उश्यांमध्ये खुपसावी लागली. गॅब चटकन सावरला, पण आयरिस आणि मी हसतच राहिलो. इतक्या की, ते

थांबेचना. तो शांतपणे तिच्या खांद्यावर हात ठेवून आम्हा दोघींचे श्वास जागेवर येण्याची वाट पाहत राहिला.

~

मला असं नेहमीच वाटायचं की, दुःख ही सर्वांत जास्त शिणवणारी भावना आहे; पण तेव्हा मला समजलं की, ती भावना राग होती. उरलेली रात्र मी माझ्या अंथरुणावर पडून, रागाच्या उकळ्या येत असताना अंधाराकडे रोखून पाहत घालवली. जेव्हा कधी मला क्षणभर डुलकी लागायची, तेव्हा पाण्यासारख्या डोळ्यांचे प्रोफेसर थिओडोर मान खाली घालून माझ्या पलंगाशेजारी उभे असल्याचा भास व्हायचा. ते माझ्याकडे पाहून दात विचकून हसताहेत, असं वाटायचं.

शेवटी एकदाचा खिडकीच्या झडपांमधून दिवस आत सरकला. स्वयंपाकघरात मी किटली भरली आणि वर्तमानपत्र उघडलं. निकोला पाय घासत दिवाणखान्यातून चालत स्वयंपाकघरात आली. तिची मान ताठ होती. भुवया उंचावलेल्या होत्या. चेहऱ्यावर भलंमोठ्ठं हसू होतं. तिनं मला सुरात अभिवादन केलं, "गुडऽऽऽऽऽऽ मॉर्निंग, डार्लिंग!"

"तू माझ्याशी अजिबात बोलू नकोस निकोला." मी बाकाकडे वळत पुटपुटले. "मी तर तुझ्याकडे बघूही शकत नाही, एवढी संतापलेली आहे."

"ओऽऽ होऽऽ!" उल्हसित होऊन लहान मुलीसारखं मोठ्या आवाजात तिनं मला वेडावून दाखवलं.

"हे असलं ओऽऽ होऽऽ वगैरे माझ्यासमोर नको; सांगून ठेवते." माझ्या टी-शर्टमधून घाम फुटायला लागला. मी माझ्या छातीकडे पाहिलं, तेव्हा मला तिथं कुरूप लाली चढताना दिसली.

रात्रीच्या कपड्यांमधली निकोला तिथंच, दारात लाल लोकरीची शाल कबुतरासारखी लपेटून उभी राहिली.

"काय झालं हेल?"

तिच्या शालीचा लाल रंग तिच्या आजूबाजूला हवेमध्ये ठिबकत होता; त्याचे डाग पडत होते.

"मला काही गोष्टी तुझ्याकडून जाणून घ्यायच्या आहेत." मी म्हटलं, "तू सत्याचा कधी स्वीकार करणार आहेस?"

तिचं तोंड उघडंच राहिलं. "तुला काय म्हणायचं आहे?"

"बधिर झाल्यासारखी वागू नकोस तू. मी दिवस-रात्र तुझी सेवा करते आणि तू त्याच्या बदल्यात मला हसतेस? तू चेष्टा केली होतीस माझी."

"कधी? कशाबद्दल बोलते आहेस तू?"

''आपण पेगीकडे गेलो होतो, त्याबद्दल. मी रात्री घाबरल्याबद्दल तू मला हसली होतीस. मला अगदी हास्यास्पद करून टाकलं होतंस. गरीब म्हातारी हेल!''

''हं, हं ते होय!'' ती म्हणाली. तिनं तिचा एक हात माझ्या दिशेनं पुढं केला. तळवा उघडून हनुवटी पुढं काढली. तिच्या भुवया उलट्या 'व्ही'च्या आकारात, एखाद्या आश्रयदात्याच्या आविर्भावात उंचावल्या गेल्या. ''मला माफ कर डार्लिंग! मला अजिबात कल्पना नव्हती की, मी तुझं मन दुखावलं आहे.''

तिनं तिची मान तिरपी केली, ओठ ताणले आणि परत.. परत ते तिथं आलंच... तिच्या चेहऱ्यावर रबरासारखं थापलं गेलेलं... तिचं हसू!

माझं उरलं-सुरलं अवसान गळून पडलं.

''तुझ्या चेहऱ्यावरचं ते विचकणारं हास्य काढून टाक. काढून टाक ते! तुला जमत नसेल, तर मी तरी पुसून टाकते ते.''

तिचं हसू आपोआप मावळलं. दोन पावलं मागं जात तिनं माझ्यापासून अंतर राखलं.

''तू एवढी का संतापली आहेस?''

''हे सगळं घरच संतापलेलं आहे! तुला नाही जाणवत का ते? सगळ्या खोल्या त्यानंच भरून गेल्या आहेत. यातला जास्तीत जास्त संताप तुझ्याचमुळे असला पाहिजे.''

तिचं तोंड अर्धवट उघडलेल्या अवस्थेत होतं. गाल पोकळ दिसत होते. मी जे-जे काही बघत होते, ते-ते सगळं रक्ताच्या लालभडक रंगाचं दिसत होतं. मी आता थांबू शकत नव्हते.

''इथं प्रत्येक जण संतापलेला आणि घाबरलेला आहे; पण तू ते मान्य करणार नाहीस. तुला हा मुखवटा तसाच ठेवायचा आहे. कारण म्हणजे मग तू तुझी घाण माझ्यावर थोपू शकतेस. मला आता त्या गोष्टीचा वीट आला आहे. माझा जीव गुदमरतोय.''

ती भेदरून कोचाच्या हातावर बसली.

''काल रात्री तो तोंडपुजा तुला घरी घेऊन आला. तो किती ढोंगी आहे, हे तुला दिसत नाही का? तो तुला मूर्ख बनवितो आहे.''

''डार्लिंग,'' ती अडखळत, चाचरत म्हणाली, ''ते मला मदत करत आहेत. खरंतर फक्त हेच ते लोक आहेत, जे मला मदत करत आहेत.''

''ओह! ते तुला मदत करत नाहीयेत. ती एक बिनडोक कोलेट, तो मूर्ख जाडा माणूस आणि हो, तो प्रसिद्ध तज्ज्ञ! ते सगळे जण जणूकाही वळवळणारे जंतू आणि किळसवाणे आहेत. ते तुझ्या वेदनांच्या बाबतीत का काही करत नाहीत? असं काही दिसत नाही की, ते तुझ्या त्रासाची दखल घेताहेत.''

“त्रास?” ती म्हणाली, “हेलन, अगं... तिथं एक स्त्री आहे, जिला फक्त एकच पाय आहे.”

“आणि कालचं काय? मी जर तमाशा, आरडाओरडा केला नसता, तर त्यांनी तुला एखाद्या टॅक्सीमध्ये कोंबून पाठवून दिलं असतं. तुझ्यावर व्हिटॅमिन सीचा काय परिणाम होतो, हे जर त्यांना माहिती आहे तर... तर त्या वेळी तुझ्यावर कोणीही लक्ष का ठेवत नाही?”

“तिथल्या रुग्णांपैकी एक जण लक्ष देत होती ना माझ्याकडे!” निकोला म्हणाली. “ती एक नर्स आहे. ती माझ्यावर लक्ष ठेवून होती.”

“आणि हे असं सगळं करण्यासाठी त्यांनी दोन आठवडे तुझ्याकडून पैसे घेतले – दुसऱ्या कोणी रुग्णानं तुझी काळजी घेण्याचे?”

आपला राग काबूत ठेवत ती म्हणाली, “जेनी काही कोणी साधीसुधी, आजारी नर्स नाहीये; ती एक अतिदक्षता विभागात काम करणारी नर्स आहे.”

माझ्यामध्ये एवढा राग, संताप कुठून भरला होता, जो असा उलटी झाल्यासारखा उसळून बाहेर येत होता.

“तू तुझं डोकं वापरतच नाहीस का? ते काय करताहेत, ते बघ. त्यांनी चालवलेले उपचार म्हणजे निव्वळ मूर्खपणा आहे निकोला! ते लुबाडताहेत तुला. ते कोणीही कर्करोग बरा करू शकत नाहीत.”

“ते तसं करू शकतात.” तिनं हनुवटी वर केली आणि माझ्याकडे कटाक्ष टाकला. “ते करू शकतात.”

“व्हिटॅमिन सी कर्करोग बरा करू शकतो, हे जर तू मला सिद्ध करून दाखवलंस,” मी म्हटलं, “तर मी त्या अजागळ, गबाळ्या प्रोफेसरला करोडो रुपये देईन. मला पुरावा दे.”

“ग्रॅफ्टनमध्ये एक माणूस होता.” ती म्हणाली, “एक शिल्पकार. तो बरा झाला.”

“हा काही पुरावा नाहीए. ही तर मोठ्या लोकांच्या करमणुकीसाठी बनविलेली गोष्ट आहे.”

“आणखीही बरेच पुरावे आहेत.” ती म्हणाली, “पानंच्या पानं भरली आहेत त्यांनी. मी ती इकडे आणली नाहीत, पण माझ्या घरी आहेत ती.”

“हो, बरोबर!” मी संतापून म्हटलं, “आणि ते सगळं खरंही असणार, कारण तू ते त्यांच्याच वेबसाइटवरून घेतलेलं असणार!”

माझं हृदय इतकं जोरजोरानं धडधडत होतं की, माझ्या डोळ्यांसमोर काळे ठिपके नाचायला लागले. लाल रंगाच्या शालीवर लटकलेला निकोलाचा चेहरा पांढराफटक पडला होता. तिच्यामागं दिवाणखान्याच्या दारात आयरिस आलेली

दिसली. रात्रीच्याच कपड्यांमध्ये असलेली आयरिस छातीवर हात दुमडून तिथंच उंबऱ्यावर थबकली. शरमेनं माझा जीव गुदमरला. मी अपशब्द वापरत होते. तसं करत असताना मी पकडले गेले होते.

''मी आता अजून हे असंच चालू ठेवू शकत नाही.'' मी तारस्वरात म्हणाले, ''मी हा खोटेपणा पचवूच शकत नाही. त्यानं मला आजारपण आल्यासारखं झालं आहे. माझ्या मेंदूवरचा माझा ताबा सुटत चालला आहे.''

निकोलाचे खांदे झुकले, मान पुढे आली आणि डोकं खाली वाकलं. आयरिस हलक्या पावलांनी खोलीत आली. निकोलाच्या शेजारी कोचाच्या हातावर बसली. तिनं निकोलाच्या खांद्याभोवती एक हात टाकला आणि मग तिनं तिचा चेहरा माझ्याकडे वळवला. ओठांच्या हालचालींवर जास्तीचा जोर देत ती म्हणाली, ''तू बोलत राहा.''

धक्का बसून मी तिच्याकडे पाहत राहिले. तिनं निकोलाला ताठ बसवून ठेवलं होतं, पण माझ्याकडे बघून ती मान डोलावत होती. तिचे डोळे स्वच्छ आणि नजर स्थिर होती. तिच्या चेहऱ्यावर एक करारीपणाची छटा दिसत होती.

मी दीर्घ श्वास घेतला आणि बोलणं सुरू केलं. ''निकोला, प्रोफेसर घरी गेल्यानंतर मला खरंतर तुझ्या खोलीत यायचं होतं आणि तुला म्हणायचं होतं की, ऊठ, जागी हो.'' मी म्हटलं.

''मी जागीच होते.'' ती पुटपुटली.

''मला तुला हेच सांगायचं होतं की, तू तो घाणेरडा दवाखाना तुझं लक्ष दुसरीकडे वळवायला वापरते आहेस.''

एखाद्या थकलेल्या, म्हाताऱ्या कुत्र्यासारखं तिनं सावकाश तिचं डोकं उचललं.

''असं नको गं म्हणूस हेल!''

''तुला जे काही करावं लागणार आहे, त्यापासून....''

तिनं तिचा तळवा उंचावला. ''मला नको सांगूस.''

''तुला तयार व्हावंच लागेल.''

तिनं तिचं डोकं खाली केलं. आयरिसनं तिच्या दोन्ही हातांनी पकडलं. निकोलानं स्वत:ला तिच्या स्वाधीन केलं आणि स्वत:चं डोकं तिच्या खांद्यावर घुसळलं. तिचा चेहरा वेडावाकडा झाला होता, तिने तोंड घट्ट आवळून घेतलं होतं आणि तिच्या डोळ्यांतून अश्रू ओघळत होते, हे मला दिसत होतं. माझ्यातली झगडण्याची इच्छाच संपली. पायातलं अवसान गळालं.

''आम्हाला तू आता अजिबात सापडेनाशी झाली आहेस.'' मी म्हटलं, ''आम्हाला तुझी खूप आठवण येते गं! कुठे हरवली आहेस तू?''

तिनं एक खूप मोठा हुंदका दिला.

"जे काही तुला सहन करावं लागतं आहे, ते आता आम्हाला सहन होत नाहीये." मी म्हटलं, "तुला गमावणं आम्हाला सहन नाही गं होणार. आम्हाला तुझी काळजी घ्यायची आहे. तू आम्हाला खूप खूप प्रिय आहेस. तू स्वत:भोवती एक अभेद्य कवच निर्माण केलं आहेस. तू आम्हाला दूर ठेवतेस. आम्हाला तुझ्यापर्यंत पोहोचता येत नाही. हाणून पाडतेस तू आमचे असे प्रयत्न आणि आम्हाला जेव्हा तुझ्यासाठी वाईट वाटतं, तेव्हा तू आम्हाला मूर्ख बनवतेस."

जेव्हा तिच्या डोळ्यांना अश्रूंचा पूर येऊन ते गालावरून ओघळू लागले, तेव्हा तिनं आयरिसला डोक्याचा आधार देऊ दिला. थोड्याच वेळात त्या मुलींची शर्टची छातीजवळची बाजू अश्रूंनी चिंब भिजली. आयरिसनं तिच्याभोवतीची पकड तशीच कायम ठेवली; पण दर क्षणाला ती माझ्याकडे बघून मान डोलवत राहिली.

"जेव्हा तू आत्मसंयमीपणानं वागतेस, तेव्हा तू आम्हाला अगदीच निरुपयोगी ठरवतेस." मी म्हटलं, "तो तुझा अगदी भयंकर मुखवटा असतो आणि आम्हाला तो फोडून टाकावासा वाटतो. आम्हाला तुला शोधायचं आहे."

"आम्हाला तुझं 'ते' हसू सहन होत नाही डार्लिंग!" आयरिस अगदी मृदू, हळुवार स्वरात म्हणाली, "तुला असं हसण्याची काहीही गरज नाहीये."

आयरिसच्या मिठीत निकोला खूप वेळ रडत राहिली. गॅब दाराशी येऊन डोकावला आणि तसाच हलक्या पावलांनी निघून गेला; पण आयरिस मात्र पापणीही लवू न देता माझ्याकडे बघत राहिली. मी उभ्यानं, दोन्ही हातांनी ताटं पुसायच्या फडक्याला पिळे देत होते आणि त्या दिशेला तिचा चेहरा वळवलेला होता.

थोड्या वेळानं निकोलाचं रडणं थांबलं. तिनं काही थरथरते श्वास घेतले आणि मग आयरिसच्या मिठीतून तिनं स्वत:ला सोडवून घेतलं. आयरिसनं एक स्वच्छ नॅपकीन तिच्या हातात दिला, तो तिनं तिच्या डोळ्यांवर दाबून धरला. मग घडी घालून बाकावर ठेवून दिला.

नंतर घोगऱ्या आवाजात ती म्हणाली, "बघ ना, माझ्या संपूर्ण आयुष्यात कधीही मला काय वाटतं, हे लोकांना कंटाळवाणं व्हावं, असं वाटलं नाही."

आम्ही गप्प बसून राहिलो.

"कोणालाही हे जाणून घेण्याची इच्छा नाहीये की, मला दु:ख होतं आहे का किंवा मी घाबरलेली आहे का?"

याही वेळेस आम्ही दोघी काहीच बोललो नाही.

"मी आता शिकले आहे," ती पुढे बोलत राहिली, "गप्प बसायला आणि लोकांना आशावादी चेहरा दाखवायला."

ती कोचाच्या हातावरून उठली आणि आपल्या सुती गाऊनमध्ये खोलीच्या

मध्यभागी उभी राहिली. वर उंचावर असणाऱ्या खिडकीमधून येणाऱ्या प्रकाशात तिचे पांढरे केस धूसर दिसत होते. फक्त हाडंच शिल्लक राहिलेल्या खांद्यांवरून ओघळणारी तिची शाल लाल रंगाच्या पडद्याप्रमाणे दिसत होती.

"ठीक आहे." ती म्हणाली, "माझ्या आयुष्यानं मला हेच सारंकाही शिकवलेलं आहे."

आयरिस कोचावर मागं टेकून बसली आणि तिचा चेहरा मृदूपणानं न्याहाळू लागली.

"मूर्खपणा आहे हा सगळा डार्लिंग," ती म्हणाली. "पण ही जगण्याची पद्धत मुळीच नाही."

क्षणभर कोणीच काही बोललं नाही किंवा कसली हालचालही केली नाही.

"तुला असं का वाटतं, की तुझं आयुष्य वाया गेलं?" मी तिला विचारलं.

"गेलंच ना!"

"मला नाही तसं वाटत."

"मलापण नाही वाटत तसं." आयरिस म्हणाली.

"लोक तुझ्यावर का प्रेम करतात?" मी म्हटलं.

चेहऱ्यावर अतिशय विनोदपूर्ण आश्चर्याचा भाव घेऊन निकोला प्रकाशाच्या तुकड्यात उभी राहिली.

"तुला असं नाही का वाटत की, तुझ्या चारित्र्यामुळे हे असेल म्हणून?" मी तिला विचारलं, "म्हणजे उदाहरणार्थ की – तू किती प्रामाणिक मैत्रीण आहेस, जिच्या मनामध्ये कधीही, कोणाविषयीही किल्मिष नसतं."

काहीतरी बोलण्यासाठी ती तोंड उघडणार, तोच मी तिला मध्येच तोडत म्हटलं, "किंवा तुझ्या अथांग उदारपणासाठी? तुझा ज्या-ज्या गोष्टींना स्पर्श होतो, त्या सगळ्या सुंदर होऊन जातात म्हणून."

"तुझ्या मिश्कील स्वभावाचं काय?" आयरिसनं आस्थापूर्वक विचारलं.

"आणि ते जे नाटकाचं वाचन आपण करायचो, ती तुझीच कल्पना होती ना? जेव्हा आपण 'शी स्टॉप्स टू कॉन्कर' आणि 'द सीगल' केलं होतं?

"तू लोकांसाठी कामं करतेस आणि त्याच्यासाठी पैसे मागत नाहीस? त्यांच्या कादंबऱ्यांच्या प्रतीमागून प्रती वाचतेस, संपूर्ण नाटकाचं पुनर्लेखन करतेस?

"आणि लोक जेव्हा बोलत असतास, तेव्हा तू आस्थेनं बोलणं ऐकून घेतेस. त्यांचे सगळे संदर्भ तुझ्या लक्षात असतात. लोकांना तुझ्या सहवासात मोकळेपणा जाणवतो. तुला हे सगळं माहीत नाहीये का? तरीही आपलं आयुष्य वाया गेलं, असं तुला वाटतं?"

पुन्हा एकदा खूप वेळ शांतता पसरली.

खिडक्यांजवळ जाऊन आयरिसनं त्यांच्या झडपा उघडल्या. सूर्यप्रकाशाचे कवडसे संपूर्ण टेबलभर पसरले. मी पाठीमागचं दार उघडलं. तिथं असणाऱ्या सगळ्याच गोष्टी प्रसन्न वाटत होत्या. गालांना स्पर्शणारी हवा ताजी होती, विटांचा रस्ता सूर्यप्रकाशात न्हायल्यामुळे सगळ्या गोष्टींचे पृष्ठभाग उबदार करत होता. दाराच्या पडद्यानं त्याचे मणी दाराच्या चौकटीभर पसरवले आणि मग परत एकदा तो निश्चल झाला.

"मला असं वाटतं आहे की, समजा मी अजूनही सिगारेट ओढत असते तर...." निकोला म्हणाली. "मी व्हरांड्यात गेले असते आणि माझ्यासाठी मस्त एक सिगारेट पेटविली असती."

मण्यांच्या माळांमधून ती पलीकडे गेली. तिच्यापाठोपाठ आयरिस गेली. चहाची किटली उकळल्यावर मी ट्रे घेऊन गेले.

पाठीमागच्या पायऱ्यांवर ओळीत बसून आम्ही चहा प्यायलो. कोणीतरी म्हटलं, "किती छान सकाळ आहे ना ही?" आणि मग कोणीतरी म्हणालं, "आज आपण रात्रीसाठी थोडे मासे आणले तर?"

निकोलानं तिचा खांदा माझ्या खांद्याला भिडवला. आम्ही एकमेकींच्या डोळ्यांत पाहिलं आणि मग दुसरीकडे; पुन्हा एकदा नि:संकोचपणे, मोकळेपणानं.

असं वाटत होतं की, जणूकाही आम्ही आमच्या हनुवट्या शांत पाण्यात बुडवल्या होत्या. आमचे पाय अगदी हलके झाले होते आणि आमची हृदयंसुद्धा! मी घड्याळात पाहिलं – आत्ताशी फक्त साडेआठ वाजले होते.

निकोला कदाचित पूर्णपणे हताश होऊन गेली असती, पण स्वप्नच वाटावं अशा रीतीनं ती तयार झाली. याला कारण होती, दुपारी काढलेली हलकीशी झोप! कावळ्याची अंघोळ, चेहऱ्याची हलकीशी रंगरंगोटी आणि मॉर्फिनची गोळी!

त्या दिवशी संध्याकाळी आठ वाजता गाडीमध्ये माझ्याशेजारी ती तिचं ठुसठुसणारं शरीर घेऊन बसली होती. होणाऱ्या त्रासामुळे खरंतर ती कण्हतही होती, पण तरीही सेंट वगैरे फवारून तयार झालेली ती अशी दिसत होती की, जणूकाही एखादी हद्दपार केलेली सरदारणीच! हे सर्व किती काळ टिकणार होतं? पण तरीही मला याच्यावर विश्वास ठेवावासा वाटला. आम्ही आनंदी मनानं नदीपलीकडच्या साउथ मेलबोर्नच्या दिशेनं वेग घेतला. तिथं 'बटरफ्लाय क्लब' असं विचित्र नाव असणाऱ्या ठिकाणी एका जर्मन जादूगाराचा खेळ दाखवला जाणार होता, जो दाखवण्याचं मी तिला कबूल केलं होतं.

आम्ही आमची पेयं घेऊन उंच छत असणाऱ्या बाजूच्या खोलीमध्ये गेलो, जिथं थोड्याच वेळात खेळ सुरू होणार होता. मी आधीच पटकावून ठेवलेल्या पुढच्या रांगांमधल्या दोन खुर्च्यांवर आम्ही जाऊन बसलो. जाड लोकरीचं कापड आच्छादलेलं जादूगाराचं टेबल आमच्यापासून थोड्याच अंतरावर होतं. इतक्या छान खुर्च्यांवर असं दोघींनी एकत्र असणं खूपच रोमांचकारी वाटत होतं. त्या वेळी इतर डझनभर अनोळखी लोक आमच्या मागच्या बाजूला कुजबुजत आणि ग्लासांचे किणकिणाट करत अर्धवट काळोखात बसले होते.

पट्ट्यापट्ट्यांचा सैल सूट घालून कोणत्याही तुताऱ्यांच्या निनादाशिवाय जादूगाराचं पाठीमागच्या बाजूनं आगमन झालं आणि मऊ बूट घातलेला तो टेबलपर्यंत पोहोचला. त्याच्या अस्तित्वानं त्या खोलीत जणूकाही लाटा उसळल्या! प्रत्येक जण पुढं सरकून बसला.

त्यानं त्याची सूटकेस खाली ठेवून त्या सूटकेसच्या पितळी कड्या खळखळ आवाज करत उघडल्या. आमच्याकडे पाहत हसत-हसत त्यानं एक जादूचा कप, जर्दाळूच्या आकाराचा एक चेंडू, एक छोटी जादूची कांडी – जिच्या दोन्ही बाजूला पितळी गट्टू होते – बाहेर काढली. त्या सगळ्या वस्तू त्यानं हिरव्या रंगाच्या कापडावर ठेवल्या.

त्यानं माझी नजर चुकवली, पण निकोलाच्या थेट डोळ्यांत पाहिलं.

''सगळ्याच सुंदर गोष्टी'' जर्मन ढंगात हेल काढून बोलत जादूगारानं निकोलाकडे पाहून एक शेरा दिला, ''गुप्तपणे आणि खासगीत होतात.''

एक मोठं उत्सुक हास्य तिच्या चेहऱ्यावर पसरलं. त्यानं तिला निवडलेलं होतं. तो तिला वापरणार होता. त्यानं शर्ट थोडा मागं दुमडला आणि अंगठा अन् तर्जनीच्या चिमटीत छोटा पांढरा चेंडू उचलला.

''बरेच मार्ग आहेत!'' तो निकोलाला म्हणाला, ''कोणतीही गोष्ट अदृश्य करण्याचे जलद गतीचे मार्ग तुला मी दाखवायला हवे आहेत, की सावकाश गतीचे दाखवायला हवे आहेत?''

ती हसली आणि तिनं खूपदा मान डोलवली; पण उत्तर दिलं नाही. त्यानं त्याचे रुबाबदार गडद डोळे तिच्याकडे पाहून मिचकावले आणि ओठांचा चंबू केला. मग त्याच्या हातांनी काही वक्राकार हालचाली केल्या. तो पांढरा चेंडू त्याच्या शर्टच्या डाव्या बाहीत घुसला आणि मग दोन तालांनंतर त्याच्या उजव्या तळहातावर प्रकट झाला. जाड लोकरीच्या कापडानं आच्छादलेल्या टेबलावर त्यानं चेंडू ठेवून तो धातूच्या कपाने झाकला. हातातली जादूची कांडी त्या कपावर दोनदा आपटली आणि मग जादू केली. त्यानं जेव्हा कप उचलला, त्याच्या खालचा पांढरा चेंडू वातावरणात अदृश्य झाला होता. परत जेव्हा त्यानं कप उचलला, तेव्हा तिथं चेंडू होता, पण... लाल रंगाचा! त्यानं तो कप त्याच्यावर वर-खाली केला.

''लाल की पांढरा?''

''पांढरा.'' निकोला म्हणाली.

आम्ही सगळे पुढं सरकून बसलो. त्यानं कप उचलला. लाल चेंडूचा आकार चौपट झाला होता आणि त्याचं लिंबू झालं होतं.

सगळीकडे लोकांच्या हास्याचा गडगडाट झाला. निकोलानं तिचा खालचा ओठ चावत माझ्याकडे पाहिले.

पुढची वीसेक मिनिटं – जी अक्षरश: सेकंदांसारखी संपली – त्यानं आपल्या व्याकरणाच्या मजेदार चुका असणाऱ्या बडबडीनं आमचे कान सुखावले. त्यानं हवेतून पाण्यासारख्या मुलायम भासणाऱ्या कमानीच्या आकारात पत्त्यांचा कॅट काढला. हवेतल्या हवेत त्यानं नाणी बदलून दाखविली. एका माणसाला त्यानं

त्याच्याजवळच्या कॅटमधून एक पत्ता उचलण्यास सांगितला आणि मग दोन्ही हातांनी तो कॅट पूर्णपणे आकाशाच्या दिशेनं भिरकावला. तो जाऊन छतावर आदळला आणि आम्ही आमच्या माना उंचावल्या. आमच्या डोक्यावर, खांद्यांवर पत्त्यांचा वर्षाव झाला. फक्त एकच पत्ता छताच्या गिलाव्याला चिकटून राहिला होता.

"तुम्ही हा पत्ता यापूर्वी कधी पाहिला आहे का?"

"तो माझा पत्ता आहे!" तो माणूस ओरडला.

त्यानंतर जादूगारानं त्याच्या सूटकेसमधून छोट्या, गडद लाल रंगाच्या दोन गोलाकार वस्तू काढल्या, ज्यांचं नाव त्यानं 'जनुकीय बदल घडवलेले डच टॉमेटो' असं सांगितलं. तो परत निकोलाकडे वळला.

"तुमचा हात मॅडम?"

तिनं तिचा हात पुढं केला. त्यानं तिचा तळवा वर केला आणि त्याच्यावर ते दोन गोल ठेवले.

"मॅडम, कृपा करून तुम्ही ते जरा घट्ट दाबाल का? तुम्हाला जितकं शक्य होईल, तितका जोर लावून दाबा ते."

निकोलानं ते गोल दाबले. अगदी हात थरथरेपर्यंत जोर लावून ते गोल दाबले आणि मग तिनं तळवा उघडला. तिच्या हातात तीन डच टॉमेटो होते.

आमच्या पाठीमागं बसलेल्या काही बायका किंचाळल्या, तर पुरुषांनी त्यांचे पाय आपटले. निकोलानं त्या लाल गोष्टी त्याच्यासमोर धरल्या. त्यानं वाकून, हळुवारपणे त्या तिच्या हातातून घेतल्या. तिचा चमकणारा चेहरा तिनं मला दाखवला. मग त्या खोलीत शांतता पसरली.

मग जादूगारानं त्याच्या सूटकेसमधून एक मऊ, मोतिया रंगाची दोरी बाहेर काढली. आम्हाला सगळ्यांना ती दाखवली. ती साधारण एक मीटर लांबीची, मऊ अशी दोरी होती. त्यानं पाठीमागं, भिंतीच्या दिशेनं पावलं टाकली आणि एक शब्दही न बोलता त्या दोरीच्या साह्यानं अशक्य वाटणाऱ्या गोष्टी करायला सुरुवात केली. त्या दोरीला जणूकाही स्वत:चा जीव अन् इच्छा होत्या आणि तो जादूगार तिचा नोकर होता, तिचा पालक होता. त्यानं तिचे दोन तुकडे केले; मग तीन आणि चार! त्या दोरीनं स्वत:भोवती इकडून-तिकडून फिरत गाठी मारून घेतल्या. ती दोरी अनेक ठिकाणी खंडली होती. निकोलानं श्वास रोखून धरला आणि माझा दंड पकडला आणि मग ती दोरी एक अचूक इंग्रजी 'ओ' अक्षरामध्ये वळली, जी त्याच्या छोट्या, पीळदार हातांपासून वेगळी अशी लटकत राहिली.

आम्ही आनंदाच्या लाटेवर आरूढ झालेलो असताना आमच्या दिशेनं हात हलवत तो खोलीबाहेर पडला. त्याच्यामागं 'क्लिक्' आवाज करून दार बंद झालं.

आम्ही सगळे आपापल्या जागांवरच बसून राहिलो होतो. तो आम्हाला तिथंच सोडून गेला, हे सहन होत नव्हतं. त्या अचानक पसरलेल्या शांततेत मला निकोलानं घेतलेल्या कापऱ्या श्वासांचा आवाज ऐकू आला. तिचा पाठीचा कणा पुढच्या बाजूला वाकू पाहत होता. त्यामुळे निकोला आपोआप पुढे झुकली होती.

आम्ही झिंगलेल्या फुटबॉल-खेळाडूंप्रमाणे किंग स्ट्रीटवरून घरी परतत होतो. त्या रस्त्यावर एकसारख्या दिसणाऱ्या मोहक स्त्रिया आपल्या रात्रीच्या व्यवसायासाठी दारं उघडत होत्या. आम्ही दोघी शांत होतो; काय पाहिलं त्याचा विचार करत. आम्ही नॉर्थ मेलबोर्न पूल ओलांडल्यानंतर निकोला बोलायला लागली.

"हेल, त्या खेळातल्या कोणत्या प्रकारावर तुझा जास्त विश्वास बसला?"

"सगळ्याच! त्या दाखवलेल्या प्रत्येक खेळासाठी काहीतरी स्पष्टीकरण असेलच; पण ते काय होतं, ते जाणून घ्यायची मला तर काही इच्छा नाही."

"पण तरीही, कोणता प्रकार जास्त आवडला?"

"अं... पांढऱ्या दोरीचा." मी म्हटलं. ती दोरी... काही शंकाच नाही. अगदी अद्‌भुतच होतं ते!

मेकॉले रोडवर मला हिरवा दिवा लागला.

"ते डच टोमॅटो कसे लागत होते गं हाताला?" मी विचारलं.

"अगदी हलके! स्पंजसारखे!"

"त्यानं तो अचूक पत्ताच कसाकाय चिकटविला होता, ते देवच जाणे आणि त्या चेंडूचं त्यानं लिंबू केलं!"

"मला ते सगळंच आवडलं." ती म्हणाली, "पण हेल, मला मनापासून आवडलेला प्रकार होता अगदी सुरुवातीचा! जेव्हा त्यानं माझ्या डोळ्यांत पाहिलं आणि म्हटलं की, गोष्टी अदृश्य करण्याचे बरेच मार्ग असतात."

मी काहीच बोलले नाही. तिनं तिची नजर खालीच वळवलेली होती.

रेल्वेचे रूळ ओलांडून 'मूनी पॉन्ड्स क्रीक' मागं टाकत अंधारात पुढं जात असताना गाडीला बसलेल्या धक्क्यांमुळे तिच्या तोंडून कष्टानं आवरून धरलेला वेदनेचा हुंकार बाहेर पडलेला मला ऐकू आला.

~

रविवारी झोपून राहण्याच्या प्रयत्नांमध्ये तिला गोळी घ्यायला उशीर झाला आणि मग वेदनांनी तिला ग्रासून टाकलं. दुपारच्या जेवणाच्या वेळेपर्यंत तिच्या डाव्या दंडात आणि खांद्यांमध्ये वेदनांनी आपले पंजे रुतवले होते. तिनं मॉर्फिन घेऊन तो हल्ला परतवण्याचा प्रयत्न केला, पण ती दुपार खूपच लांबलचक आणि घाबरवून टाकणारी होती. तासाभरापेक्षाही जास्त वेळ निकोलाबरोबर स्पेअर रूममध्ये घालवून

नंतर डबडबलेल्या डोळ्यांनी आयरिस बाहेर आली.

"ती घरी यायला तयार नाहीये. तीन आठवड्यांच्या अवधीनुसार उपचार ठरवण्यात आले होते. त्यांना दोन आठवड्यांतच खीळ घालण्यात काही अर्थ नाही, असं तिचं म्हणणं आहे. ती म्हणते की, डॉ. थिओडोरांवर विश्वास ठेवायला तिला आवडेल."

गॅब बागेतून आत आला आणि मग दोघांनी न बोलता आपलं सामान बॅगेत भरलं. तिन्हीसांजा होताना मी त्या दोघांना विमानतळावर घेऊन गेले.

"मला असं वाटतं आहे की, आम्ही तुझा गैरफायदा घेतो आहोत." तपासणीकक्षाबाहेर आयरिस मला म्हणाली.

"पाहू या, आपण काय करू शकतो ते." मी म्हटलं.

"तू हे असंच करत राहू शकशील का?"

"तसं वाटतं तरी आहे."

"तुला खात्री वाटते आहे का तशी?"

"नाही वाटत; पण मला करून बघायचं आहे. आता आणखी सहाच रात्रींचा तर प्रश्न आहे. ती सिडनीला परतल्यावर कुठे राहणार आहे?"

"मला वाटतं, बहुधा ती माझ्याकडेच राहील." आयरिस म्हणाली.

"हे सगळं आता मर्यादेच्या पलीकडे गेलं आहे. आयरिस, तू शिक्षिका आहेस. नोकरी करून तुला हे सगळं सांभाळता येणार नाही. तिला तिची स्वतःची जागा असणं आवश्यक आहे; पण अशी जागा की, जिथून ती इतर लोकांच्या कक्षेत राहील आणि जे आळीपाळीनं तिची काळजी घेऊ शकतील. आता तुझ्या आईनं हे सगळं सांभाळलं, तर फार बरं होईल."

आयरिसच्या चेहऱ्यावर वेदनेची, दुःखाची छटा तरळली. "निकोलाला हे आवडणार नाही. इतरांनी केलेली ढवळाढवळ असाच ती त्याचा अर्थ लावेल. मग ती माझी आई असो वा इतर कोणीही."

"वाटू देत तिला तसं. आता तिला पटो न पटो; पण आता कोणीतरी तिची नियमितपणे, कठोरपणानं काळजी घेणं आवश्यक आहे. तुझी आई तिच्यासाठी एलिझाबेथ बे वर एखादा छोटा, भरपूर प्रकाश असणारा फ्लॅट भाड्यानं घेऊन देऊ शकेल का?"

आयरिसचा चेहरा पडला. "तिच्यासाठी हे वेगळंच वळण ठरेल. आईचं आयुष्य जगण्यालायक राहणार नाही आणि तसेही हे करार खूपच दीर्घ काळासाठीचे असतात."

"त्या करारातून बाहेर पडण्यासाठीचं सबळ कारण म्हणजे, मृत्यू पावणं!" मी कडवटपणानं म्हटलं.

त्या मुलीचे डोळे भरून आले. तिनं ते पुसले. चकाकत्या फरश्यांचा समुद्र पार करून गॅब आमच्याकडे आला. माझ्याशी हस्तांदोलन करून त्यानं मला आलिंगन दिलं.

''गुड बाय!'' आयरिस म्हणाली, ''गुड बाय हेलन! आता आपण मैत्रिणी झालो आहोत; हो ना?''

''व्हावंच लागणार आहे आपल्याला.'' मी म्हटलं. ''मला तुमची खूप आठवण येईल. तुम्ही नाट्य कलावंतांतली जोडीच आहात.''

दोन दिवसांत मला त्यांच्यावर अवलंबून राहण्याची सवय लागली होती. गॅबचा शांत-सुस्वभावी स्वभाव, आयरिसचा किणकिणता आवाज आणि चेहऱ्यावरचे बिनधास्त भाव! माझ्या गालाचं चुंबन घेण्यासाठी ती जेव्हा पुढं वाकली, तेव्हा तिनं वापरलेल्या साबणाचा हलकासा सुगंध माझ्या नाकात शिरला. डोक्यावर मऊ, कुरळे केस असणाऱ्या त्या दोघांच्या आकृत्या सुरक्षाकक्षामधून जाऊन नंतर दृष्टीआड होत जाताना बघणं माझ्या खूप जिवावर आलं.

परत येताना माझ्या गाडीमध्ये मी एकटीच आणि खूप घाबरलेली होते. मला येणारे काही हुंदकेही मी रोखले नाहीत. फ्री-वेच्या दोन्ही बाजूंना नवीन औद्योगिक क्षेत्रांमधले दिवे लुकलुकत होते. मी खिडकीची काच खाली घेतली आणि रेडिओचं बटण दाबलं. 'कॅट एम्पायर : डेज लाइक धिस' मी एकदा कधीतरी एका दुष्ट मुलीला हा खासगी शाळेत जाणाऱ्या मुलांच्या जथ्याचा बँड आहे, अशी हेटाळणी करताना ओझरतं ऐकलं होतं. 'सर्वकाही संपून जाणं म्हणजे काय असतं, याबाबत त्यांना काय माहिती असणार? उगाच आपला वाद्यांचा खडखडाट नि शिंगं, तुतारीची ती दोरी...' मी ते सगळे विचार झटकून टाकले आणि मोठमोठ्यानं गाण्याचे शब्द म्हणायला सुरुवात केली, ''आय ॲम अलाइव्ह, आय ॲम अलाइव्ह... आय ॲम अऽऽ लाऽऽ इऽऽ व्ह!''

निकोला झोपली होती; पण जेव्हा मी तिच्या खोलीच्या दारातून तिच्यावर नजर टाकली, तेव्हा तिनं थोडी चाळवाचाळव केली. तिचं अंथरूण घामानं ओलं झालं होतं, तर उशी म्हणजे एक ओलंकच्च गाठोडं! मी लगेचच ते सगळं ठीकठाक करायच्या मागं लागले. मी तिला रस, एक स्वच्छ गाऊन आणि आणखी एक गोळी आणून दिली.

''उद्या आपण जरा जास्त परिणामकारक मॉर्फिन आणू या.'' मी म्हटलं, ''आपण उद्या पुन्हा डॉ. कॅपलॅनकडे जाऊ या.''

~

सोमवारी माझा वाढदिवस होता. नाश्त्याच्या वेळी निकोलानं माझ्यावर अनेक

छोट्या-छोट्या भेटींचा वर्षाव केला, ज्या तिनं आधीच गुपचूप आणि गॅबच्या मदतीनं गावातून आणून ठेवल्या होत्या. तिनं दिलेला 'पीस टू रेझिस्टन्स' हा ज्यूस फारच मस्त होता. पुढची सकाळही तिनं खूपच थट्टामस्करी करून घालविली. आम्ही डॉ. कॅपलॅनकडे जात असताना माझ्या वाढदिवसानिमित्त मिच आणि इव्हानं ठरवलेल्या रात्रीच्या जेवणाबद्दल ती मनापासून बोलत होती.

आम्हाला जेव्हा शस्त्रक्रियेसाठी असणाऱ्या खोलीकडे बोलावले गेलं, तेव्हा मी चटकन पुढं होऊन दाराजवळची खुर्ची पकडली आणि निकोला डॉक्टरांच्या बाजूला असणाऱ्या खुर्चीकडे सरकली.

"मला वाटतं की, मला जरा जास्त परिणामकारक (तीव्रतेच्या) मॉर्फिनची गरज आहे." चेहऱ्यावर ओशाळवाणं हसू आणत तिनं डॉक्टरांना सांगून टाकलं. त्या वेळी तर ती अगदी बावळट दिसली.

डॉ. कॅपलॅननी तिच्याकडे अविश्वासाच्या नजरेनं, जवळजवळ हसतच पाहिलं. त्यांचे डोळे बुद्धिमत्तेच्या तेजानं चकाकत होते. मला त्यांची भीती वाटत होती. अक्षरश: किंचाळावंसं वाटलं मला – 'कृपा करून मला मदत करा.'

"तुमच्या उपचारांचा समन्वय कोण साधतं आहे?" त्या एकदम तिच्यावर खेकसल्या. "तुमच्या वेदनांची कोण काळजी घेतं आहे?"

तिनं तिची गोल फिरणारी खुर्ची फिरविली. टेबलाखालच्या तिच्या उघड्या हाडकुळ्या पायांची चाळवाचाळव केली.

"तुम्हाला काय वाटतं? तुमचं काय नाव आहे? हेलन?" त्यांनी माझ्याकडे एक हेटाळणीचा कटाक्ष टाकला. "तुम्हाला याचा अनुभव कसाकाय वाटतो?"

मी चाचरत उत्तरले, "मी या बाबतीत बोललेलं ऐकायला निकोलाला आवडत नाही. पण ते... ते लोक निष्काळजी आहेत. या सगळ्यावर देखरेख करण्यासाठी त्यांच्याकडे काहीच व्यवस्था नाही. ते...."

त्यांनी माझं बोलणं मध्येच तोडलं आणि त्या निकोलाकडे वळल्या.

"तुम्हाला त्यांचं नाव कोणी सुचवलं?"

"माझ्या सिडनीतल्या जनरल प्रॅक्टिशनरनी." निकोला म्हणाली. एखाद्या कुरूप म्हातारीसारखं तिचं डोकं पुढं झुकलेलं होतं. "त्यांनी कर्करोगाचा विशेष अभ्यास केला आहे."

निकोलाच्या डोळ्यांत बघता येईल इतपत डॉक्टरांनी त्यांचा चेहरा खाली वळविला.

"तुमच्यासारखा आजार झालेले जवळजवळ सगळे लोक," त्या स्पष्ट शब्दांत म्हणाल्या, "जेव्हा अशा उपचारांसाठी दुसऱ्या राज्यात जातात, तेव्हा त्यांच्या कर्करोगतज्ज्ञांकडून पत्र घेऊन जातात. त्यामध्ये रोगाच्या अवस्थेविषयी, त्यांच्यावर

झालेल्या उपचारांविषयीची सर्व माहिती असते. आता तुमचा कर्करोग कुठवर आहे, कसा आहे याबाबत मी तुम्हाला काहीच सांगू शकत नाही. त्यासाठी तुम्हाला इथल्या एखाद्या कर्करोगतज्ज्ञाकडे जावं लागेल आणि त्याचबरोबर तुमच्या वेदना नियंत्रणामध्ये आणू शकेल अशाही एखाद्या व्यक्तीची गरज तुम्हाला आहे.''

त्यांनी त्यांच्यासमोर ठेवलेलं पॅड पुढ्यात ओढून त्यावरचं पेन काढून हातात घेतलं.

''मी तुम्हाला ताबडतोब इथल्या कर्करोगतज्ज्ञाकडे पाठवते आहे.'' त्या म्हणाल्या. ''त्यांचं नाव आहे जॉन मेलनी. मी त्यांना फोन करून तुम्ही आत्ता येत असल्याचं कळवणार आहे. तिथं जाऊन तुम्ही भेटीची वेळ ठरवून घ्यायची आहे. आजच. आलं लक्षात?''

त्यांनी परत एकदा माझ्याकडे एक जळजळीत नजर टाकली, ज्यामुळे मी त्यांच्या तिरस्काराला पात्र आहे याची जाणीव मला झाली. मला अक्षरश: मोठ्यानं ओरडून सांगावसं वाटलं, 'यात माझी काहीही चूक नाही! मी कशाकशाला तोंड देते आहे, हे तुम्हाला समजणार नाही.'

त्यांनी जास्त तीव्रतेच्या मॉर्फिनचं नाव समोरच्या कागदावर खरडलं आणि तो कागद निकोलाच्या हातात दिला. आम्ही मुकाट्यानं आमच्या शेपट्या आत घालून थिओडोर इन्स्टिट्यूटमध्ये आलो आणि मी पुन्हा एकदा एपवर्थकडे जायला वळले.

~

संध्याकाळी पाच वाजता निकोला पुढच्या दरवाजातून आत शिरली आणि तडक तिच्या खोलीत गेली. साधारण अर्ध्या तासानं ती लंगडत-लंगडत स्वयंपाकघरात आली. तिथं मी माझ्या नवीन ज्यूसरबरोबर काहीतरी खुडबुड करत होते. तिला परत थंडीचे झटके यायला लागले होते, असं ती म्हणाली. शिवाय तिच्या दंडातही चांगल्याच वेदना होत होत्या. शांत, अकृत्रिम आवाजात तिनं माझ्याकडे मदत मागितली.

तिच्या खोलीतल्या झडपा बंद करून मी हीटर सुरू केला. ती कण्हत, कुडकुडत आडवी झाली. मी तिच्यासाठी पाणी घेऊन आले. मग त्या ग्लासभर पाण्याबरोबर तिनं मॉर्फिनची नवीन गोळी घेतली आणि ती कुशीवर वळली.

''माझ्या दुखऱ्या खांद्यापायी मी मरते आहे. सकाळी बहुधा त्या वाफेमुळे असेल... पण आज जेव्हा मी शॉवर घेऊन बाहेर पडले, तेव्हा मला श्वास घेता येत नव्हता.''

''तू त्या कर्करोगतज्ज्ञांना फोन केलास का?''

''हो, केला.'' ती म्हणाली, ''त्यांना बुधवारी सकाळी भेटायचं आहे. थिओडोरच्या

लोकांनीही त्यांच्याबद्दल बरंच ऐकलेलं आहे. कोलेट म्हणत होती, ते फारच वाकड्यात शिरतात म्हणून.''

मी तिच्या पाठीला माझी पुढची बाजू टेकवून आडवी झाले आणि ती मॉर्फिनच्या परिणामाची वाट बघत राहिली. थंडीचे झटके तिच्या धडापासून पायांपर्यंत पसरलेले जाणवत होते.

''मला नाही वाटत की, मी व्हिटॅमिन सीचे आणखी डोस घेईन म्हणून.'' ती पुटपुटली. ''त्याचा फारच त्रास होतो आहे आणि सध्यातरी ते सहन करायला मी फारच कमी पडते आहे.''

याचसाठी तर माझी लढाई चाललेली होती, पण तरीही माझ्या हृदयाला वेदना झाल्या.

''हेल!'' बऱ्याच वेळानं ती म्हणाली, ''तू मला इथं राहू दिल्याबद्दल मी तुझी आभारी आहे.''

''माझं घर हे तुझंही घर आहे.''

''मला माहिती आहे की, बऱ्याचदा माझी ताकद कमी पडली, त्या वेळी मी तुझ्याकडेच आले आहे.''

''तू आता झोप पाहू!''

''आणि हो, स्वयंपाकघरात मला सुनावल्याबद्दलही मी तुझी आभारी आहे. तू खरंच खूप धाडसाचं काम केलंस.''

''धाडसाचं काम? मला माहीत नाही की, तू मला त्याबद्दल कशी माफ करणार आहेस ते? मी खूपच दुष्टासारखी वागले.''

''हो, ती मात्रा लागू पडली ना!''

तिच्या तोंडून एक हास्याची लकेर उमटली.

''मी नंतर जेव्हा डुलकी काढत होते ना,'' ती म्हणाली. ''तेव्हा मला एक खूपच स्पष्ट, ठळक स्वप्न पडलं. स्वप्नात कुत्र्याचं एक छोटंसं गोड पिलू होतं. कार्टूनमध्ये असतं ना, तसं. खाली लोंबणारे छोटेसे कान होते त्याचे.'' तिचा आवाज एकदम मऊ झाला होता, ''आणि मी त्याच्याकडे बघतच होते... तर इतक्यात एक मोठी कात्री तिथं आली आणि... खच! खच! खच! त्या पिलाचे कानच कापून टाकले.''

मी विस्मयचकित होऊन तिच्या मानेच्या काट्याकडे बघत होते.

तिनं काहीतरी अस्पष्ट असा आवाज केला. अर्धवट हसू, अर्धवट कण्हल्यासारखा.

''हे नक्कीच चांगलं आहे डार्लिंग! असा बालिश मूर्खपणा कापून टाकणं.''

आम्ही त्या अंधूक प्रकाश असणाऱ्या खोलीत कापून टाकलेल्या दोन ओंडक्यांप्रमाणे पडलो होतो. तिची धडपड थांबली. तिचं शरीर सैलावल्याचं माझ्या लक्षात आलं.

"हेल!" ती कुजबुजत्या स्वरात म्हणाली, "मला नाही वाटत की, मी आज रात्रीच्या जेवणासाठी येऊ शकेन म्हणून. तू जा. माझ्या नावानं एखादं पेय घे. वाढदिवसानिमित्त तुझं अभीष्टचिंतन! O! bean of pea."

~

हलकासा पाऊस पडत होता. मागच्या अंगणातल्या भाज्यांच्या वाफ्यातून कुंपणाच्या सापटीकडे जाणारा रस्ता मी घेतला. शेजारच्या घरात चांगलीच गडबड चालली होती. काही चुलत, मामे भावंडं त्यांच्या मुलाबाळांसकट जेवायला आली होती. सगळे बापलोक मेंढी भाजणे या विषयावरच्या चर्चेत गुंतले होते. आया कोचावर बसून कशावरून तरी खिदळत होत्या; तर बच्चे कंपनी – ज्यांचे केस डॅन्डेलियनच्या तुऱ्याप्रमाणे उभे होते – एकमेकांना वर्तमानपत्राच्या गुंडाळ्यांनी मारत, तिथल्या टेबलखुर्च्यांमधून पळापळी करत, आरडाओरडा करत होती. नाटकी रडण्यात बेसी हरवलेली होती आणि कोणालाही तिच्या रडण्याचं कारण कळत नव्हतं. तिचा चुलतभाऊ फ्रँक – जो एक समंजस मुलगा होता आणि बेसीलाही त्याचा लळा होता – खोलीच्या बाहेर कंटाळलेला, रस नसलेला असा शांतपणे रेंगाळत होता.

"बेसी, बस्स झालं डार्लिंग! आता तू रडणं थांबवलं पाहिजेस हं." मी म्हटलं.

तिला माझ्या आवाजातला यांत्रिकपणा जाणवला आणि तिनं दुप्पट जोरात रडायला सुरुवात केली.

"आता रडणं बंद!" मी निरर्थकपणे म्हटलं, "ताबडतोब!"

तिला घेऊन मी समोरच्या बाजूनं कपडे धुण्याच्या खोलीमध्ये गेले. तिथं गेल्यावर तिच्या वडलांनी त्या खोलीत बसवलेल्या नवीन कपाटाबाबत तिच्या हुंदक्यांमधून, उसाश्यांमधून प्रश्न विचारायला लागले. त्याबरोबर तिचं रडणं चुटकीसरशी थांबलं आणि मग तिनं मीपण कसं त्याच प्रकारचं कपाट माझ्याही कपडे धुण्याच्या खोलीत लावून घ्यावं, याबाबत उत्साहानं बोलत मला गुंगवून ठेवलं. आम्ही दोघीही मग पाठीमागच्या व्हरांड्यात गेलो. तिथं पायऱ्यांवर बसून रिमझिमणारा पाऊस बघत राहिलो.

फ्रँक आमच्या मध्ये घुसला. त्या दोघांनीही एकमेकांकडे प्रेमानं पाहिलं. थोड्याच वेळात त्यांनी मला 'गोइंग टू लॅन्ड्स' हा खेळ खेळायला बोलावलं.

"आपण शू लॅन्डला जाण्याबाबत तुझं काय मत आहे?" फ्रँकनं विचारलं.

"शू लॅन्डमध्ये" बेसीनं मला समजावून सांगितलं. "तिथल्या सगळ्याच वस्तूंनी शूज घातलेले असावे लागतात. पाण्यानंही शूज घातलेले असतात."

"हवेनंही शूज घातलेले असतात."

"छतानंही शूज घातलेले असतात."

''एवढंच नाही, तर 'पू'नेही शूज घातलेले असतात.'' फ्रँक म्हणाला.

अशा प्रकारे आम्ही सगळ्यांनी खूप धमाल, मजा केली. बाहेर पाऊस अजूनही रिमझिमत होता. मिचनं माझ्यासाठी एक चकाकणाऱ्या शिराझचा ग्लास भरून आणला. लवकरच रात्रीच्या जेवणासाठी टेबल लावलं गेलं. सगळंच खूप नीटनेटकं आणि आनंदानं भारलेलं होतं. तिथं त्यांनी चौसष्ट मेणबत्त्या लावलेल्या होत्या. त्या फुंकर घालून विझवताना माझं डोकं चक्करल्यासारखं झालं.

दर अर्ध्या-अर्ध्या तासानं मी घरी जाऊन निकोलाला पाहून येत होते. पहिल्या काही वेळेस ती झोपलेली होती. नंतर मला ती अंधारात डोळे बंद करून पलंगाच्या कडेला पाठीत वाकून बसलेल्या अवस्थेत दिसली. तिनं तिचे हात दुमडून मांडीवर ठेवले होते. तिचा तो एकाकीपणा माझ्या हृदयात कळ उठवून गेला.

''तुझ्यासाठी काय आणू गं म्हाताऱ्या मुली?''

''जगातल्या सगळ्या गोष्टींपैकी...'' ती तोंडातल्या तोंडात बोलत म्हणाली, ''मला आत्ता एक ग्लासभर संत्र्याचा रस मिळाला, तर खूप आवडेल.''

मी आमच्याकडे असलेल्या शेवटच्या दोन संत्र्यांचा रस पिळला आणि तिच्यासाठी तो बुडबुडे येणारा ग्लास आणून दिला. सावकाश एकेक घोट घेत तिनं तो संपवला.

''हं...'' ती पुटपुटली. ''माझ्या आजपर्यंतच्या आयुष्यात प्यायलेला सगळ्यात जास्त ताजा आणि चविष्ट रस होता हा!''

मी तिला परत अंथरुणावर झोपवलं. तीही एक नि:श्वास सोडून आडवी झाली.

दहा वाजता मी जेव्हा सगळं संपवून घरी आले, तेव्हा मी तिच्या खोलीच्या दाराबाहेर बराच वेळ उभी राहिले. तिच्या घोरण्याचा, मंद श्वासांचा आवाज ऐकत थांबले. लवकरच एखाद्या दिवशी हे श्वास थांबणार होते. 'ती जेव्हा जाईल, तेव्हा मी तिच्याबरोबर असेन का?' मी तिची मैत्रीण होते आणि हो, माझं तिच्यावर प्रेमही होतं; पण मी तिची खूप वर्षांपासून झालेली मैत्रीण होते. गेल्या पंधरा वर्षांपासून मी तिला ओळखत होते. तिच्या जवळचे जुने मित्रमैत्रिणी अर्थातच सिडनीमधले लोक होते. 'आणखी काही दिवसांतच जेव्हा तिचं इथलं वास्तव्य संपेल, तेव्हा ती त्यांच्याकडे आणि तिच्या कुटुंबीयांकडे परत जाईल. ते तिची काळजी घेतील आणि मी परत एकदा 'मेलबोर्नमधली प्रेमळ लाडकी हेलन' या माझ्या भूमिकेत परत जाईन – जी खूप वास्तववादी आणि कर्तव्यकठोर आहे; जिच्याकडे करण्यासाठी इतर बरीच कामं आहेत आणि डिसेंबरमधलं व्हिएन्नाचं तिकीट आहे.'

मंगळवारी सकाळी बेसीचं लक्ष चुकवण्यासाठी मी माझा लॅपटॉप घेऊन स्टेट लायब्ररीत जाऊन तिथंच खेळाचा आढावा घ्यायचं ठरविलं. मी आणि निकोलानं गावात जाणारी एकच ट्रेन पकडली.

माझ्या घरापासून स्टेशन सात मिनिटांच्या अंतरावर होतं आणि तुम्हाला कर्करोग झाला असेल, तर वीस मिनिटांच्या. अजूनही पावसाची एखाद-दुसरी सर येत होती. मी माझ्याकडच्या दोन छत्र्या शोधून काढल्या. घराचा मुख्य दरवाजा लावून घेत असताना माझी नजर सहजच निकोलाच्या पावलांकडे गेली. तिनं तिच्या नेहमीच्या पातळ सुती कपड्यापासून बनविलेल्या चायनीज स्लीपर्स घातल्या होत्या.

"डार्लिंग!" मी म्हणाले, "पाऊस कसा लागलाय, ते पाहते आहेस ना तू? तू या चपला घालू शकणार नाहीस."

"अं... काहीतरीच मूर्खासारखं बोलू नकोस. ठीक आहेत त्या."

"निकोला, अगं, सगळ्या रस्त्यावर जागोजागी पावसाच्या पाण्याची डबकी झाली आहेत. दिवसभर तुझे पाय ओलेच राहतील. सर्दी होईल तुला अशानं."

"पण मी दुसरं काहीच आणलं नाही."

"तुझे डनलप व्हॉलीज घाल ना."

"फाटले ते." ती म्हणाली, "मी गोकिंजमध्ये गेले होते नवीन चपला घ्यायला, पण बहुधा आता ते पहिल्यासारख्या अस्सल चपला बनवत नाहीत. मला त्या घाणेरड्या, विद्रूप दिसणाऱ्या आधुनिक चपला अजिबात नको होत्या."

ती माझ्याकडे आवश्यक चपलासुद्धा न घेता आली होती. माझ्या हाताच्या पाठीमागच्या बाजूला तीच धोकादायक बोच जाणवू लागली. पडलेल्या पाचोळ्यावर मृदूपणाने थपथपत पाऊस अजूनही पडत होता. मी डोळे बंद केले

आणि हुकूम सोडला –

“आज तू जेवणाच्या सुटीत बाहेर पडणार आहेस आणि तुझ्यासाठी रनर्स घेऊन येणार आहेस. बर्क स्ट्रीटवरच्या ‘सॅम बेअर’ किंवा ‘टार्गेट’मध्ये जा. तिथं अस्सल चपला मिळतात का नक्कल केलेल्या, याच्याशी मला काही देणं-घेणं नाहीये. तुझ्याकडे या पावसाळी मोसमात घालता येण्याजोग्या चपलांचा एक जोड असलाच पाहिजे.”

“जशी आपली आज्ञा मेट्रन!” ती विनयानं म्हणाली, “आपण स्टेशनला गाडी घेऊन जाऊ शकू.” ती उत्साही स्वरात म्हणाली.

“हो.” मी म्हटलं, “पण तिथं फक्त एक तासभरच वाहनं ठेवता येतात, म्हणून मग मी तुला गाडीतून स्टेशनवर सोडेन आणि परत घरी येऊन गाडी ठेवून पुढची ट्रेन पकडेन.”

“आई गं! डार्लिंग, हे तर तुला खूपच कटकटीचं होईल.”

“हो, पण दुसरा काही पर्याय नाहीये.” मी म्हटलं. “चल, बैस आत.”

न्यू मार्केट स्टेशनबाहेर ड्रायव्हरच्या सीटवर बसून दशा झालेल्या चपला घातलेल्या निकोलाला निश्चयीपणानं त्या उतारावरून चालताना मी न्याहाळत राहिले. आता मी दुपारी उशिरापर्यंत मोकळी होते. स्टेट लायब्ररी मला हजारो मैलांवर असल्यासारखी वाटली. मी स्वत:ला इतक्या दूर कशी काय घेऊन जाणार होते? मी गाडी वाहनतळावर लावली आणि लॅपटॉप घेऊन कोपऱ्यावरच्या कॅफेमध्ये गेले. यापूर्वी मी कॅफेमध्ये बसून कधीही लिखाण केलं नव्हतं आणि आत्ताही ते सुरू करणार नव्हते. माझं हृदय विदीर्ण झालं होतं. प्रत्येक बळकट आणि हेतूपूर्ण गोष्ट माझ्यातून गळून पडत होती. माझी कॉफी आली. कॉफीचा कप मी कसाबसा उचलू शकले. मी घरी निघून आले. माझं टेबल न वाचलेल्या आणि पोच न दिलेल्या पत्रांच्या ढासळत्या ढिगानं भरून गेलेलं होतं. माझ्या आयुष्यावरचं माझं नियंत्रण सुटलं होतं. मी लॅपटॉप खाली ठेवला आणि कंटाळवाणेपणानं तिथल्या गोष्टी काहीएका विशिष्ट पद्धतीनं लावून ठेवायला सुरुवात केली.

या ढिगाऱ्याच्या खाली मला एक कागदाचं चिठोरं सापडलं, ज्याच्यावर ‘हेल्थ सर्व्हिस कमिशन’ असं खरडलेलं होतं. माझ्यात शक्तीचा एक किडा वळवळला. मी फोनबुकमधून नंबर शोधून फोन लावला. एका स्त्रीनं फोन घेतला. मी तिला सांगितलं की, अल्टरनेटिव्ह कॅन्सर क्लिनिककडून जी फसवणूक केली जाते, त्या माझ्या अनुभवानुसार मला त्यांच्याविरुद्ध तक्रार नोंदवायची आहे.

“तुम्ही रुग्ण आहात का?” तिने विचारले.

“नाही, मी रुग्णाची मैत्रीण आहे.”

"मला क्षमा करा; पण असं असेल, तर आम्ही तुमच्यासाठी काही करू शकत नाही." तिनं प्रेमळ पण ठाम स्वरात सांगितलं. "आम्ही फक्त उपचार घेत असणाऱ्या रुग्णांचीच तक्रार नोंदवून घेऊ शकतो."

"एक... एक मिनिट ऐकून घ्या." मी म्हटलं, "मला समजतं आहे हे, पण मला नाही वाटत की, या क्लिनिकबद्दल हरकत घेणारी मी एकमेव व्यक्ती असेन म्हणून. कदाचित मी जे काही पाहिलं आहे, ते तुम्ही नोंदवून घेऊ शकता आणि अन्य तक्रारींना पाठिंबा देणारा पुरावा म्हणून वापरू शकता."

"नाही, मला तसं वाटत नाही." ती म्हणाली.

"पण... मग मी ही तक्रार जिथं नोंदवू शकेन, असं अन्य कोणतं सरकारी ऑफिस आहे का?"

"मला तरी त्याबाबत काही माहिती नाही."

"ठीक आहे, पण मग मी आता काय करायला हवं?"

"काय नाव म्हणालात त्या जागेचं?" माझ्या बोलण्याचा मान ठेवत तिनं विचारलं.

"द थिओडोर इन्स्टिट्यूट."

एक भयाण शांतता पसरली. मग एकदम लपवता येणार नाही इतकं चैतन्य भरलेल्या आवाजात तिनं मला विचारलं, "तुम्ही एक क्षणभर थांबता का?"

मी थांबले. ती जेव्हा परत फोनवर आली, ती पूर्ण तयारीनिशी आली.

"हं... आम्हाला नक्कीच आवडेल, तुम्ही काय सांगता ते ऐकायला. मी तुम्हाला तपास करणाऱ्या व्यक्तीचं नाव सांगते. तुम्ही त्यांना फोन करून त्यांच्या भेटीची वेळ ठरवून घ्या."

मी जेव्हा त्याला मोबाइलवर फोन केला, तेव्हा तो फ्री-वे वर गाडी चालवत होता. त्यानं ताबडतोब गाडी बाजूला घेतली. त्याचं बोलणं एखाद्या पोलिसाप्रमाणे होतं. कोणताही व्यत्यय न आणता त्यानं मी सांगितलेली गोष्ट ऐकून घेतली.

"थिओडोर इन्स्टिट्यूटची" तो सांगत होता, "बऱ्याच काळापासून तपासणी चालू होती." निकोलावर उपचार होत असताना मी तिथं साक्षीदार होते. त्यामुळे निकोलाच्या परवानगीवाचूनही मी नोंदवलेली तक्रार ते स्वीकारू शकत होते.

"तुमची मैत्रीण माझ्याशी बोलेल का?"

"छे! अजिबात नाही. ते तिचं आयुष्य वाचवणार आहेत, असं तिला वाटतं. मी हे सगळं तिच्या अपरोक्ष करते आहे."

"मी पुढच्या आठवड्यात तुमच्या घरी येऊ शकेन. तुम्ही टेपरेकॉर्डरवर बोलायला तयार आहात का?"

"पोप... कॅथॉलिक असतो का?"

तो हसला. मला ऐकू येणारा तो आवाज फ्री-वेवरच्या वाहनांच्या वर्दळीचा होता की दूरवरून येणाऱ्या घोडदळाचा?

~

त्या दुपारी जेव्हा मूनी पॉन्ड्सवरून मी गाडीभर खाद्यपदार्थ घेऊन घरी परतले, तेव्हा निकोला माझ्या आधीच पोहोचली होती. तिच्या त्या भडक चायनीज स्लीपर्स माझ्या धुण्याच्या खोलीमध्ये एका सापटीत उभ्या करून ठेवलेल्या होत्या आणि तिनं मार्केटमधून खरेदी केलेले रनर्स तिच्या पायांत होते, जे तिनं मला मिजासखोर नाखुशीनं दाखवले. मी हसले.

"तू तुझा लेख लिहिलास का?" तिनं विचारलं.

"अंहं. एक शब्दही लिहिला नाही."

"काय? हे तर फारच वाईट आहे." खोडकरपणानं ती म्हणाली. "हा खोडकरपणाच आहे हं! तू आता लोकांना सांगशील की, त्या द्वाड निकोलामुळे तू तुझं एकही काम करत नाहीयस म्हणून!"

त्या खोलीतली हवा एकदम कोंदट झाली. माझी नजर खाली झुकली. मी त्या खाद्यपदार्थांच्या बास्केट्स खेचत नेल्या आणि तिथल्या जमिनीवर तशाच पडू दिल्या.

"अर्थात मी दिवस काही अगदीच वाया घालवला नाही." तिचं दोषारोपण चुकवण्याचा एक भयानक प्रयत्न करणारा स्वतःचा आवाज मला ऐकू आला. "काही पत्रांची उत्तरं लिहिली, काही फोन केले. फक्त गोष्ट लिहिली नाही, इतकंच. ती मी आता गुरुवारी लिहीन."

पण तोपर्यंत तिचा त्यातला रस संपलेला होता.

"ठीक आहे... माझी बातमी आहे..." ती म्हणाली, "एवढं झाल्यावरसुद्धा त्यांनी उद्या परत व्हिटॅमिन सी घेण्यासाठी माझं मन वळवलेलं आहे."

मी एकदम ताठरले आणि निःस्तब्धपणे तिच्याकडे पाहत राहिले.

"अगदी हलका डोस असेल." माझ्याकडे पाहत तिनं तिचं बोलणं पूर्ण केलं.

"ही कोणाची कल्पना?"

"आज एक नवीन डॉक्टर आले होते, त्यांची. ते म्हणत होते की, ज्या प्रकारे मला व्हिटॅमिन सीचा त्रास होतो, तसा इतर कोणाला होताना त्यांनी आजपर्यंत पाहिलेला नाही."

"खरंच, इतर कोणाला असा त्रास झालेला नाही?"

"नाऽऽही... माझ्यासारखा त्रास एकालाही झालेला नाही."

"ठीक आहे. मी समजू शकते. पण कोणीही, कधीही काही त्रास झाल्याचं

त्यांना सांगितलेलं नाही का?''

"नाही ना! माझ्यासारखा त्रास कोणाला झाल्याचं त्यांनी ऐकलेलंसुद्धा नाही!''

'दीर्घ श्वास घे. सोडून दे ते सगळं.'

"हं, थांब जराशी. उद्या तुझी कर्करोगतज्ज्ञाबरोबरची भेट नाहीये का?''

तिच्या भुवया आकसल्या. "हो, आहे ना; पण ती साडेअकराला आहे. तेसुद्धा माझ्यावर एखादी नजर टाकतील. तू जर मला सोडू शकत असशील, तर नंतर मी तिथून निघून सरळ दवाखान्यात जाईन.''

"ठीक आहे. तर तुला असं वाटतं आहे की, शनिवारी तू घरी जाण्यासाठी विमानात बसू शकशील?''

"होऽऽ निश्चितपणे!'' ती म्हणाली. "उपचारांचे आणखी तीन दिवस आणि मग मी एखाद्या ठोकलेल्या बैलासारखी ठणठणीत झालेली असेन!''

ती हसली. तिचे डोळे एकदम विझल्यासारखे झाले. मला तिथून हलावंच लागलं.

~

मला तिच्याबरोबर आत जायचं नव्हतं, पण तिनं मला भाग पाडलं.

कर्करोगतज्ज्ञ मेलनी हे एक नीटनेटके, थोडे मैत्रीपूर्ण भाव असणारे, आधुनिक वैद्यकीय शाखेतले, पन्नाशीत शिडशिडीत असणाऱ्या गृहस्थांपैकी, ज्यांच्या बायका त्यांना सकाळी पळण्याचा व्यायाम करायला आणि कमी चरबीयुक्त पदार्थ खायला लावतात, असे एक गृहस्थ होते. आपल्या टेबलापलीकडून त्यांनी प्रसन्नपणे आमचं स्वागत केलं. त्यांच्या पाठीमागं खिडकी उघडत होती – एका धुरकट, करड्या अंगणात, जे एखाद्या छोट्या-छोट्या झुडपांची झालर लावलेल्या खोक्यासारखं दिसत होतं. निकोला तिच्या आजारपणाविषयी, त्यावरच्या उपचारांविषयी बराच वेळ बोलत असताना त्यांनी तिच्या चेहऱ्यावरच त्यांची नजर खिळवून ठेवली होती. एक क्षणभरासाठीही माझ्याकडे नजर वळवून त्यांनी तिच्याशी बेईमानी केली नाही. मी तिच्याशेजारी बसून होते; वैतागलेली, मोहित झालेली.... तिच्या विश्वासाच्या नदीचा प्रवाह मार्ग बदलून त्यांच्या दिशेने वाहताना, त्याला पूर येताना मी बघत होते. त्यांनाही हे सर्व जाणवलं होतं का? त्यांना या सगळ्याची सवय होती का?

"या कापरं भरून येणाऱ्या फिट्स..'' ते एकदाचे, स्वप्नाळू स्वरात बोलू लागले. "या मला वाटतं की... ज्याला आपण... थंडीचे झटके म्हणतो... त्या असाव्यात.''

आम्ही गप्प राहून त्यांच्याकडे पाहिलं.

त्यांनी एकदम संभाषणाचा केंद्रबिंदू बदलला आणि पॅडवर लिहायला सुरुवात

केली. "मला तुमच्या एमआरआय आणि बोन स्कॅन या चाचण्या करून हव्या आहेत. तुम्ही आत्ता तडक 'मर्सी प्रायव्हेट'मध्ये जा. तिथं ताबडतोब तुमच्या या चाचण्या होतील, याची व्यवस्था मी करतो. तुम्हाला या चाचण्यांचे निष्कर्ष मिळता क्षणीच तुम्ही मला फोन करा."

गाडीमध्ये निकोला स्वप्नाळू झाली होती.

"मला आवडले ते." ती म्हणाली. तिचा चेहरा एकदम मृदू झाला होता. त्याच्यावरच्या रेषा जणू पुसून गेल्या होत्या. "त्यांना माझी काळजी वाटते! ते हुशारही आहेत. तू जरा कोलेटला फोन करून मी आज येऊ शकणार नाही, असं कळवशील का? तुला आवडले का गं ते? हेलन, तुला त्यांच्याबद्दल काय वाटतं?"

"हो, मला आवडले ते." ती या अशा गोष्टींची भुकेली होती का? एखाद्या पुरुषानं सहानुभूतीनं तिच्याकडे लक्ष द्यावं, यासाठी?

~

'मर्सी'मधल्या त्या दुपारी जेव्हा तिथल्या भांबावलेल्या चेहऱ्याच्या तंत्रज्ञांनी निकोलाचा ताबा घेतला होता, तेव्हा मी तिथल्या प्रायव्हेट स्वीटच्या बाहेर असणाऱ्या हॉलमध्ये एका प्लॅस्टिकच्या खुर्चीवर बसून लोकापवादाने भरलेल्या नामवंत लोकांच्या आयुष्याबद्दलच्या माझ्या ज्ञानाला उजाळा देत होते. अर्थहीनपणे वेळ जात होता. मी काही खायला-प्यायला मिळेल का, हे शोधायला उठले. जे रुग्ण लंगडत आणि लटपटत ये-जा करत होते किंवा काही त्यांच्या चाकाच्या खुर्चीवर होते, त्यांच्याबाबतच्या माझ्या कुतूहलाला मी माझ्या विवेकानं आवर घातला. मी बसले होते त्या हॉलमध्ये एक मध्यमवयीन, सुंदर, सडपातळ आणि चिंताग्रस्त स्त्री येरझाऱ्या घालत होती. माझ्या शेजारच्या खुर्चीत ती कोसळलीच. एकदम उसळली, खाली बसली. तिने तिथं ठेवलेलं मासिक चाळलं, बाजूला फेकून दिलं आणि मग परत एकदा गालिचा पसरलेल्या तिथल्या बोळातून ती येरझाऱ्या घालू लागली.

पाचच्या सुमारास निकोलाला बोन स्कॅनसाठी आत घेऊन जाण्यापूर्वी तिनं तिच्या मोबाइलवरून डॉ. मेलनींना फोन करून चाचणीचे निष्कर्ष त्यांच्या रूममध्ये आणून देण्याची व्यवस्था करत असल्याचं सांगितलं. ती माझ्याकडे वळली, तेव्हा तिच्या चेहऱ्यावर उत्फुल्ल हसू होतं.

"ते म्हणाले की, ते इथं आपल्याकडे येतील. ते मला बघायला इथे येणार आहेत!"

तिचं बोन स्कॅन अजून होतच होतं. तेव्हा एक छानसा सूट घातलेले डॉ. मेलनी दुडक्या चालीनं त्या हॉलमध्ये पोहोचले. मी त्यांना बघून हात हलवला आणि स्वीटच्या दाराकडे अंगठ्यानं खूण केली. ते माझ्याकडे पाहून हसले. माझ्याशेजारच्या

खुर्चीवर ते येऊन बसणार, तोच समोरच्या कोपऱ्यातून ती धास्तावलेली स्त्री पुढं आली आणि तडक त्यांच्यासमोर जाऊन उभी ठाकली. ते झटकन उठले आणि तिच्याजवळ गेले. तिच्या दंडाला धरून त्यांनी तिला खाली बसवलं. ते तिच्या समोर खाली वाकले. इतके की, त्या दोघांच्या कपाळाचा एकमेकांना स्पर्श होत होता. त्यांनी तिच्या छातीच्या वरच्या भागाकडे बोट दाखवलं आणि स्पष्ट ऐकू जाईल अशा आवाजात म्हणाले, "हो डेबी, तिथं काहीतरी आहे."

तिचा चेहरा एकदम भावहीन झाला आणि मग अचानक एका हातानं डोळे झाकून घेत तिने हुंदके द्यायला सुरुवात केली. "नाही... नाही... मी नाही करू शकत हे परत. मी खरंच नाही करू शकत."

तिच्याकडे बघत, अतिशय मृदूपणे त्यांनी तिचा दुसरा हात हातात घेतला आणि उत्कट, हळुवार आवाजात ते तिला म्हणाले, "मला माहिती आहे. माहिती आहे मला."

ती ताडकन उठून उभी राहिली आणि तिथून घाईघाईनं निघून गेली. असहायपणे त्यांनी खांदे उडविले आणि ते माझ्याकडे वळले.

"खूपच क्रूरपणा आहे हा, नाही का? आणि मला ते तिला इथं सांगावं लागलं." ते माझ्याशेजारी बसले आणि खिशातून त्यांनी एक पॅड आणि पेन्सिल काढली.

"हे पाहा, तुम्हाला हे माहीत असणं आवश्यक आहे." त्यांनी कुशलतेनं रेषा आणि वळणांच्या साहाय्यानं मणक्याचा भाग चितारला. "निकोलाच्या मणक्याचं हे C7 हाड आहे. काही कल्पना आहे का, हे कुठे असतं याची?"

"मानेमध्ये?"

त्यांनी होकारार्थी मान हलवली. "C7 हे हाड तिथं वाढलेल्या गाठीमुळे जवळजवळ नष्ट झालं आहे आणि ती गाठ आता पाठीच्या कण्याच्या दिशेनं पुढं सरकते आहे. जर ती गाठ कोणत्याही औषधानं बरी झाली नाही किंवा त्या मानेच्या हाडाचे अवशेष जर कापून काढून तिथं धातूची चकती बसवली नाही, तर अर्धांगवायूमुळे त्या लोळागोळा होऊन पडतील."

मी त्यांच्याकडे आ वासून बघत राहिले.

"मी त्यांना आत्ता अर्धांगवायू वगैरेबद्दल काही सांगणार नाहीए," ते म्हणाले, "पण त्यांनी आता योगा वगैरे करता कामा नये. ठीक आहे? त्यांनी कोणत्याही जड, वेड्यावाकड्या वस्तू उचलायच्या किंवा वाहून न्यायच्या नाहीत. आलं लक्षात?"

त्यांनी त्यांचं पॅड त्यांच्या जाकिटाच्या खिशात टाकलं आणि माझ्याकडे पाहत एक स्मित केलं.

"थिओडोरचं काय?" मी विचारलं, "तिला जर परत तिथं जायचं असेल तर?"

एखाद्या फ्रेंच माणसाप्रमाणे त्यांनी तोंडाचा चंबू करून ओठांनी हवा बाहेर

सोडली. "या थिओडोर नावाच्या वल्लीला मी आजपर्यंत कधीही भेटलेलो नाही; पण त्यांनी मला बरंच दु:ख दिलं आहे. ते तिथल्या लोकांना माझ्याकडे पाठवतात. तिथले उपचार म्हणजे निव्वळ मूर्खपणा आहे."

त्या क्षणीच स्वीटचं दार उघडलं गेलं आणि निकोला बाहेर आली. एखाद्या होतकरू वराप्रमाणे डॉ. मेलानी झटकन उभे राहिले. तिच्या चेहऱ्यावर असणारं अभिवादनासाठी असणारं हसू एकदम फिकुटलं. त्यांनी त्यांचा हात तिच्यासमोर धरला आणि ते तिला खुर्चीच्या दिशेनं घेऊन गेले.

~

वाहनांची प्रचंड वर्दळ असण्याच्या काळामध्ये आम्ही दोघीही सुन्न झालेल्या अवस्थेत नि:शब्दपणे घरी निघालो होतो. आम्ही फ्लेमिंग्टन रोडवर वळल्यावर निकोलानं अत्यंत हळू आवाजात बोलायला सुरुवात केली. "मला नाही वाटत की, मी यापुढे थिओडोर इन्स्टिट्यूटमध्ये परत कधी जाईन म्हणून."

"छान!" स्टिअरिंग व्हीलला झटका देत मी मोठ्यानं ओरडले, "त्यांनी खूप क्रूरपणे तुझी ताकद वाया घालवली आणि तुझे पैसेही. तू त्यांच्याकडून परतावा मागायला हवास."

तिनं तिची मान दुसरीकडे वळवली. आता मी तिची माफी मागण्यात काहीच अर्थ नव्हता. बसलेल्या धक्क्यानं आम्ही दोघीही अवाक झालो होतो. घरी आल्यावर मी कसाबसा स्वयंपाक केला आणि माना खाली घालून आम्ही उगाचच थोडं-थोडं खाऊन घेतलं. डॉ. मेलनींनी लिहून दिलेल्या कार्टिझोन आणि पॅनॅडॉल गोळ्या घेऊन ती तिच्या खोलीत निघून गेली आणि तिनं दार लावून घेतलं. तिच्या घोरण्याचा आवाज ऐकू येण्याच्या बराच वेळ आधी मला कोणीतरी घुसमटत असल्यासारखा आवाज येत राहिला.

मी लिओला फोन केला.

"C7?" त्याच्या तोंडून एक नि:श्वास बाहेर पडला.

"ती शुक्रवारी एका शल्यविशारदांना भेटणार आहे, त्यांचं मत जाणून घ्यायला."

"त्या शल्यविशारदांचं नाव काय आहे?"

"हॅथवे आहे त्यांचं नाव."

"हॅथवे! मी त्यांना माध्यमिक शाळेत असल्यापासून ओळखतो. ओऽऽ ते खूपच छान आहेत. अगदी उत्तम आहेत!"

"डॉ. मेलनी म्हणत होते की, ते तांत्रिकदृष्ट्या खूपच कुशल बुद्धीचे आहेत. फक्त वरकरणी ते जरा... उद्धट वाटतात."

"तुला आवडतील ते हेलन! मेंदूच्या शस्त्रक्रियांमधले ते चार्ल्टन हेस्टन

आहेत.'' असं म्हणून तो हसला. ''अशा व्यक्तींना खूप धीट असावंच लागतं. अशा वेळी त्यांनी मोहकही असावं, अशी अपेक्षा ठेवणं जरा जास्तच होतं.''

रात्री तिला माझी गरज लागली. तिच्या डोक्याला आणि मानेला दरदरून घाम फुटला होता. तिची उशी म्हणजे एक डबकं झालं होतं. मी पुन्हा पुन्हा तिचं अंथरूण बदलत राहिले. खूपच कष्टाळू काम होतं ते. रात्रभर फक्त 'मला गादी बदलू दे' किंवा 'हं, हे पिऊन घे' आणि 'असं नाही हं, तुला हे प्यावंच लागेल' किंवा 'तुझ्यासाठी दुसरं काय आणू?' आणि 'तू स्वस्थ पड पाहू' अन् 'झोप शांतपणे' असंच चालू होतं. मी दमले होते; पण मी इतकी उपयोगी पडू शकते, असं फार क्वचित मला वाटलं होतं. मला माहीत होतं की, मला आता फक्त या आठवड्याच्या शेवटच्या दिवसापर्यंतच स्वत:ला खेचायचं होतं. डॉ. मेलनींनी आम्हाला सांगितलं होतं की, एकदा का कार्टिझोन त्या वेदनांवर लागू पडलं की, ती तिच्या घरी जाऊ शकेल.

'मी थिओडोर इन्स्टिट्यूटमध्ये जाऊन निकोलाच्या वतीनं 'अलविदा' म्हणून येईन. जाताना मी माझ्याबरोबर हॅन्ड ग्रेनेड्सनी भरलेली एक बॅग घेऊन जाईन!'

पहाटे जेव्हा मी तिच्या खोलीत डोकावले, तेव्हा तिच्याकडचे सगळे कोरडे कपडे संपले होते आणि ती त्या दमट अंथरुणात भोक पडलेला फक्त एक गुलाबी काश्मिरी झंपर घालून झोपलेली होती.

नाश्ता झाल्यानंतर मी तिच्या गाद्या खेचून नेऊन उन्हात टाकल्या आणि कपड्यांचे ढीगच्या ढीग मशिनमधून धुऊन काढले. मी अंगणात कपडे वाळत घालत असताना ती तिथं आली. मी हातातले चिमटे खाली ठेवले आणि तिच्याकडे वळले. मी काही इतकी उंच नव्हते की, तिला मी आईप्रमाणे किंवा नवऱ्याप्रमाणे मिठीत सामावून घेऊ शकेन; पण तरीही मी माझे बाहू पसरले. ती माझ्या मिठीत शिरली आणि माझ्या खांद्यावर डोकं टेकविण्यासाठी खाली झुकली. देवा रे! तिचा तो भयंकर हाडकुळेपणा. आम्ही दोघीही रडलो. तिचे उष्ण अश्रू माझ्या कॉलरखालून वाहत होते.

''मला वाटत होतं की, मी पर्वताच्या शिखरावर आहे.'' थांबून-थांबून उमटणाऱ्या आवाजात ती म्हणाली, ''पण मी तर फक्त पायथ्याशी आहे.''

दिवसभर ती मूकपणे वाहणाऱ्या अश्रूंमध्ये विरघळत राहिली. कधी मी तिच्या गळ्यात हात टाकत होते, तर कधी आम्ही आपापली कामं करत होतो. कठीण, अभेद्य असा तेजस्वी प्रकाश नाहीसा झाला होता. सगळंकाही विरघळत होतं, खाली आलं होतं. मला बोलायची काहीच गरज उरली नव्हती. मी जेव्हा तिच्या हातात कप दिला, तेव्हा तिनं वर माझ्याकडे पाहिलं आणि ती स्वत:शीच पुटपुटली –

''या सगळ्याचा शेवट मृत्यू आहे; हो ना?''

एपवर्थ इस्पितळाच्या पाठीमागं एका जुन्या, लाल विटांच्या घरामध्ये न्यूरोसर्जन हॅथवेंचा दवाखाना होता. ते एक धिप्पाड, रुंद, भरदार खांदे असणारे, दाट केसांचे गृहस्थ होते. त्यांची नाजूक बोटं त्यांच्या लाकडी टेबलावर मॉन्ट ब्लँकच्या एका गलेलठ्ठ, काळ्या कुळकुळीत, चकाकणाऱ्या पेनाशी चाळा करत होती. साधारण पेनाच्या तुलनेत दुप्पट लांबीचं आणि पिंपाइतक्या जाडीचं पेन मी आजपर्यंत कधीच पाहिलं नव्हतं.

त्यांनी निकोलाची गय केली नाही.

"मी तुमच्या स्कॅनचे फोटो अगदी लक्षपूर्वक पाहिले आहेत." ते म्हणाले. "तुम्ही जर धडपडलात किंवा तुमच्या मानेला धक्का लागला किंवा हिसका बसला किंवा तुमची मान मुरगळली, तर तुमच्या C7 वर वाढलेल्या ट्युमरची गाठ खाली सरकण्याची शक्यता आहे. जर तशी ती सरकली, तर ती तिथल्या ट्युमरचे आणि जवळजवळ नष्ट झालेल्या मानेच्या हाडाचे उरलेले अवशेष त्या जागेमध्ये सगळीकडे पसरवील."

दारालगतच्या जागेवर बसून थरथरत्या हातांनी माझ्या नोटपॅडमध्ये वेड्यासारखं काहीतरी गिरगिटताना मी निकोलाला आवंढे गिळताना पाहिलं. त्यांच्या डोळ्यांत बघत शक्य होईल तितकं ताठ बसण्याव्यतिरिक्त निकोला त्यांच्या बोलण्याला प्रतिसाद देऊ शकली नाही.

"असं जर काही झालं, तर" ते पुढे म्हणाले, "तुम्हाला अर्धांगवायूचा झटका येऊन तुम्ही लोळागोळा होऊन पडाल आणि तोच तुमचा शेवट असेल!"

त्यांनी तिला सांगितलं की, ते ऑस्ट्रेलियातले एकमेव न्यूरोसर्जन आहेत, जे प्लॅस्टिक सर्जरी किंवा हाडं बसवणं यापेक्षा भिन्न असणारं असं टिटॅनियमची चकती कर्करोगाने नष्ट केलेल्या C7च्या जागी बसवण्याचं काम करू शकतात. आठवड्यातल्या

ज्या दिवशी ते शस्त्रक्रिया करतात, त्या वारांची यादी त्यांनी तिला सांगितली आणि मी ती टिपून घेतली. त्यांनी तिला हेसुद्धा सांगितलं की, शस्त्रक्रियेनंतर तीन महिने तिला मानेचा पट्टा घालावा लागेल. मग त्यांनी त्यांची खुर्ची मागं सरकवली आणि त्यांचा अंगठा आणि बोट यांच्यामध्ये ते महाकाय पेन कुशलतेनं खेळवत बारीक नजरेनं तिच्याकडे बघत बसले.

त्यांच्यामध्ये डॉ. मेलनींचा मृदू, कोमलपणा अजिबातच नव्हता; पण तरीही ते मला आवडण्यापासून मी स्वतःला रोखू शकले नाही. मला त्यांचा कठोर स्पष्ट-वक्तेपणाही भावला. ते खरे तसे निश्चितच नसतील. माझी वही बाजूला ठेवताना माझ्या मनात हे आलं, 'ही सगळी प्रक्रिया करू शकणारे असे ते एकमेव आहेत? नाही. सिडनीमध्ये त्यांच्यासारखाच दुसरा एखादा डॉक्टर मेलनी शोधून देतील आणि मग उद्या सकाळी, आधीच ठरल्याप्रमाणे निकोला तिच्या घरी जाईल.'

एक हलकासा उसासा टाकत निकोला काळजीपूर्वक उभी राहिली. तिनं तिचा हात त्यांच्या हातात देत म्हटलं, "आपण डॉ. मेलनींना परत एकदा जाऊन भेटू. त्यांच्याबरोबर बसून आपण पुढच्या गोष्टी ठरवू या. मी तुम्हाला आज दुपारी फोन करीन."

तेही उठून उभे राहिले. "मी तुम्हाला मनापासून हेच सांगेन." ते म्हणाले, "आता अजिबात चालढकल करू नका." तिचे जुन्या पद्धतीचे शिष्टाचार लक्षात घेऊन ते कमरेत अक्षरशः वाकले.

~

डॉ. मेलनींच्या इमारतीसमोर निकोला गाडीतून उतरली आणि मी गाडी लावायला जागा शोधत पुढे गेले. मला चटकन जागा सापडली, पण तरीही भीतीपोटी मी गाडीतच नखांना आकार देत दहाएक मिनिटं तशीच बसून राहिले. मला माहीत असणाऱ्या सिडनीतल्या एका आदरणीय आरोग्यविषयक वार्ताहराला मोबाइलवर फोन लावला.

"हो, अर्थातच इथं तिच्यावर शस्त्रक्रिया होऊ शकते." ती विस्मयानं म्हणाली, "कालच सेंट व्हिन्सेंटमध्ये माझ्या एका मैत्रिणीची कर्करोगानं ग्रासलेली मणक्याची तीन हाडं – जी पाठीच्या कण्याच्या थोड्या खालच्या बाजूला होती– बदलली आहेत. तिचा नवरा म्हणत होता की, ते दोघंही शस्त्रक्रियेच्या निकालानं चांगलेच प्रभावित झाले आहेत. तुम्ही एकट्यानंच हे सर्व हाताळणं अपेक्षित नाही. तिचे कुटुंबीय कुठं आहेत?"

तिच्या आधीच्या कठोरपणानं खरंतर मला बळ मिळायला हवं होतं; पण प्रत्यक्षात मात्र मला निकोलाला वाचवण्याची, तिच्यासाठी काही सबबी सांगण्याची

ऊर्मी झाली.

मी जेव्हा मेलनींच्या प्रतीक्षाकक्षात दाखल झाले, तेव्हा मला निकोला एका आधुनिक, झकपक कपडे घातलेल्या मध्यमवयीन स्त्रीशेजारच्या खुर्चीत बसलेली दिसली. त्या दोघी एकमेकींच्या डोक्याला डोकं लावून खलबतं करत असल्या-सारख्या, एकमेकींशी कुजबुजत्या आवाजात काहीतरी निकडीचं बोलत असल्या-सारख्या भासल्या. जेव्हा मी त्यांच्याजवळ पोहोचले, तेव्हा त्या दुसऱ्या स्त्रीला आत बोलावलं गेलं. मी तिच्या रिकाम्या जागी बसले. निकोलानं माझ्याकडे एक धावतं स्मित फेकलं.

''ती मेलनी होती.'' ती म्हणाली, ''तीपण थिओडोर इन्स्टिट्यूटमधूनच आली आहे.'' तिची नापसंती दर्शवायला तिनं तिचा आवाज एकदम हळू केला. ''ती मला आणखी एका नव्या उपचारांबद्दल सांगत होती, ज्यामध्ये ते सरळ गाठीमध्ये इंजेक्शनच्या साहाय्याने मद्य सोडतात. ती म्हणत होती की, फक्त आफ्रिकेमध्येच डॉक्टरांना असे उपचार करण्यासाठी परवानगी आहे; इथं नाही आणि तिनं हेही सांगितलं की, तिनं इंटरनेटवर एका विशिष्ट कॅमेऱ्याबद्दल वाचलं आहे, पण तो आहे रशियात! तो कदाचित लवकरच इथंही उपलब्ध होईल.''

''कॅमेरा?''

''हो... ती सांगत होती की, तो कॅमेरा स्पिरुलिनाने नायनाट करता येतील अशा पेशींची निवड करतो. फक्त याच्यामध्ये एकच अडचण आहे. ती म्हणजे, चमकणाऱ्या पेशी कर्करोगाच्या आहेत की कर्करोग होऊ घातलेल्या आहेत, हे तो दाखवू शकत नाही.''

मी माझी बॅग गालिच्यावर उभी करून ठेवली.

''तसंही मला परत थिओडोरमध्ये जावंच लागणार आहे.'' त्या कडक खुर्चीमध्ये अवघडल्यामुळे थोडी हालचाल करत, खळखळत्या आवाजात ती म्हणाली, ''मी त्यांचे तिसऱ्या आठवड्याचे पैसे अजून दिलेले नाहीत.''

मी हाताची घडी घालून डोळे बंद करून घेतले. 'मला यातून आता बाहेर पडायचं आहे. मला माझी शुद्ध हरपायला हवी आहे. डॉ. मेलनी, कृपा करून मला इस्पितळात घेऊन जा, मला पलंगावर झोपवा आणि माझ्यावर एक पांढरा सुती रग पांघरा. हे सर्व संपेपर्यंत मला एकटीला तिथं शांतपणे झोपू द्या.'

~

''वास्तविक पाहता,'' डॉ. मेलनी त्यांच्या टेबलापलीकडून – जे डॉ. हॅथवेंच्या टेबलाच्या निम्म्या आकाराचं होतं – म्हणाले, ''हे खरं आहे की, डॉ. हॅथवेंनी ही टिटॅनियमची चकती बसवण्याची खास उपचारपद्धती शोधली आहे. तुम्हाला जर

तसंच काही हवं असेल, तर निकोला, तो तुम्हाला हवा असणारा माणूस आहे.''

''होय डॉ. जॉन.'' ती भावनावेगानं म्हणाली, ''मला तेच हवं आहे. हे खरंचंच मला जे हवं होतं, तेच आहे.''

''हं, जर मग असंच आहे, तर'' डॉक्टर म्हणाले, ''मेलबोर्नमध्ये एपवर्थला तुमच्यावर शस्त्रक्रिया करावी लागेल; कदाचित लगेचच या आठवड्यानंतरच्या पुढच्या आठवड्यात.''

माझा चेहरा पडलेला मेलनींनी बहुधा पाहिला असावा. काही क्षणांसाठी ते तसेच निश्चल बसून राहिले. मग ते म्हणाले, ''आता तुम्ही दोघीही घरी जा आणि कसलीही भीडभाड न बाळगता मनमोकळेपणानं एकमेकींशी चर्चा करा.''

~

मी गाडी चालवत घरी जाण्याबाबत माझी मलाच खात्री वाटत नव्हती. निर्बुद्धपणे, धास्तीनं बधिर झालेल्या अवस्थेत मी गाडी चालवत राहिले. मी उगाचच गिअरमागून गिअर बदलत राहिले. घरी जाण्याचा मार्ग मला उमजत नव्हता. निकोल्सन स्ट्रीटवरून उत्तरेकडे मी निरर्थकपणे गाडी हाकत राहिले. निकोला माझ्या चेहऱ्याकडे पाहत होती, हे मला जाणवत होतं.

''निकोला,'' मी म्हटलं, ''मेलबोर्नमध्ये तुझ्यावर शस्त्रक्रिया होऊ शकत नाही. तुला सिडनीला जाऊन तिथंच ही शस्त्रक्रिया करून घ्यावी लागेल.''

''अंहं! नाही... नाही... डार्लिंग.'' ती म्हणाली, ''मला ती इथंच व्हायला हवी आहे. डॉ. हॅथवे हे देशातले सर्वोत्तम डॉक्टर आहेत. डॉ. जॉनच असं म्हणत होते.''

मी माझा आवाज चढवला, ''निकोला, हा वेडेपणा आहे.''

''माझा डॉ. जॉनवर विश्वास आहे.'' ती म्हणाली, ''मी जर इथं शस्त्रक्रिया करवून घेतली, तर ते माझ्याबरोबर येतील.''

''पण आपल्याकडे तशी सुसज्ज तयारी नाहीये. माझ्या मदतीसाठी कोणी नाहीये.''

रेल्वेच्या रुळावरून जाताना हादरे बसताना मी तिच्याकडे पाहिलं. ती समोर बघत होती. एखाद्या वेड्यासारखी ती दात विचकून हसत होती.

''डॉ. जॉन इतर डॉक्टरांसारखे नाहीत.'' ती अगदी हलक्या स्वरात पुटपुटली. ''त्यांना मी खरोखरीच आवडते. मी सांगू शकते हे. त्यांना माझी काळजी वाटते. मला त्यांनी माझी काळजी घ्यायला हवी आहे.''

ती माझं काहीच ऐकून घ्यायला तयार नव्हती. आता मलाच ही सुरी खुपसावी लागणार होती.

''तू माझं ऐकून घ्यायला काय घेशील?'' मी कर्कश स्वरात म्हटलं, ''मी हे

करू शकत नाहीऽऽ''

ती एकदम निश्चल बसली.

''तीन आठवड्यांसाठी मी स्वत:वर नियंत्रण ठेवलं होतं.'' मी म्हटलं, ''मला वाटत होतं की, उद्यापर्यंत मी हे कसंबसं रेटून नेऊ शकेन, पण आता तू तर हे गृहीतच धरते आहेस की, तुझ्या उपचाराची ही पुढची फेरीपण मी पार पाडेन आणि कदाचित त्यापुढचीपण. मी तुला हे सांगण्याचा प्रयत्न करते आहे की, मी आता पार मोडून पडले आहे. मी हे असंच करत राहू शकत नाही.''

ती गाडीच्या खिडकीतून रोखून बघत राहिली. गाडी थांबवून गटारात फेकून द्यावी, असं मला वाटलं.

तिनं काही कापरे श्वास घेतले आणि मग तिच्या खानदानी ढंगामध्ये तिनं माझी स्तुती करायला सुरुवात केली, ''पण तू एका उत्कृष्ट धावपटूची कामगिरी केलीस की! या शर्यतीत तू खरोखरीच विस्मयकारक काम केलेलं आहेस. आता तू निश्चितच तुझ्या हातातली बॅटन दुसऱ्या कोणाकडेतरी सोपवू शकतेस. मला काय करायला पाहिजे, ते आता मला माहिती आहे. मी एखादं सेवा पुरवणारं अपार्टमेंट भाड्यानं घेईन किंवा एखाद्या मॉटेलमध्ये माझं सामान हलवीन.''

स्टिअरिंग व्हिलवरच्या माझ्या हातांना घाम येऊ लागला होता. ''तू असं काहीही करणार नाहीस. असं करू शकत नाहीस.'' मी म्हटले. ''सेवा पुरवणारं अपार्टमेंट किंवा मॉटेल?''

''अगं, मी निश्चितच असं करू शकते. इस्पितळाच्या जवळपास अशा बऱ्यापैकी चांगल्या जागा असतील ना! मी स्वत: पाहायला जाईन त्या. जास्तीत जास्त काय होईल? मला मानेचा पट्टा घालावा लागेल, इतकंच.''

''तू माझं ऐक निकोला, हे फक्त मानेचा पट्टा घालणं, इतकंच मर्यादित नाहीये. तुला तुझी दिवस-रात्र काळजी घेण्यासाठी माणसांची एक मोठी फौज लागेल. तुझे पलंगपोस बदलण्यासाठी, ते धुण्यासाठी, सामान आणण्यासाठी, स्वयंपाक करण्यासाठी... तुझे घरचे आणि तुझा मित्रपरिवार तुला मॉटेलमध्ये राहू देणार नाही. हे असं होऊ शकत नाही. तू सिडनीला तुझ्या घरी परत जा.''

''मी उद्या सकाळच्या विमानानं घरी जाते. तू चल माझ्याबरोबर. येशील ना? मी एकटीनं नाही करू शकत विमानाचा प्रवास. आयरिसबरोबर मी माझ्या सगळ्या गोष्टींची आखणी करून घेईन. मला लागणाऱ्या काही गोष्टी घेईन आणि मग पुढच्या आठवड्यात इथं परत येईन. माझ्या शाळेतल्या जुन्या एक डझनभर तरी मैत्रिणी आहेत, ज्या मेलबोर्नमध्ये राहतात. त्या मला त्यांच्या घरी मनापासून घेऊन जातील.''

एक उबग आणणारी संतापाची लाट माझ्यात उसळली. मला ती गाडी समोरच्या खांबावर आदळावीशी वाटला; पण त्यात फक्त ती मरायला हवी होती.

गाडीच्या किल्ल्या तशाच इंजिनाला लावून ठेवून माझं सामान घेऊन जीव वाचवायला मी पळाले असते.

~

आम्ही घराचं मुख्य दार उघडून घरात पाऊल ठेवल्या क्षणापासून संपूर्ण घरात वाईट भावना घुमू लागल्या होत्या; राग आणि भीती – जे कठोरतेने दाबून ठेवले होते – हवेमध्ये गुणगुणू लागले. सगळा फ्रीज रिकामा होता. मी सायकलवरून जाऊन दुपारच्या जेवणासाठी काही अन्नपदार्थ घेऊन आले. ते सगळं चिरत आणि भाजत असताना मी एक काहीतरी अवघडलेली हालचाल केली, ज्यामुळे माझ्या पाठीच्या खालच्या भागातले स्नायू दुखावले गेले. वेदनेमुळे माझं कण्हणं जेव्हा ओठांतून बाहेर पडलं, तेव्हा मी शरमून गेले. ही कसली भयंकर चुरस होती? चिमटला गेलेला पाठीचा स्नायू विरुद्ध एक गाठ – जो कोणत्याही क्षणी पुढं वाढून निकोलाचं संपूर्ण शरीर तुकड्या-तुकड्यांनी आणि विषानं भरून टाकायचा धोका होता; पण तिनं माझं कण्हणं ऐकलं नव्हतं. ताप आल्यावर माणूस जशी बडबड करतो, तशी पिसाटल्यासारखी बडबड करत ती कोचावर आडवी झालेली होती.

"व्हेरिटी आहे ना?" ती किंचाळली, "आणि टोरी आणि फ्लिक... पण ती कदाचित पॅरिसला स्थायिक झाली असेल. व्हेरिटीनं एका खूपच यशस्वी बॅरिस्टरशी लग्न केलं होतं. मी त्याचं नाव विसरले. त्यांच्या घरासमोरच्या बाजूलाच त्यांची एक छोटीशी, अलौकिक अशी बंगली होती. त्यांच्याकडे नोकरी करणारी, घराची देखभाल करणारी एक स्त्री तिथं राहायची; मी तिथं राहू शकेन!"

"तुम्ही किती दिवसांपासून एकमेकांना भेटला नाही आहात?"

"अं... बस्स... थोड्याच वर्षांपूर्वी भेटलो होतो."

"निकोला," मी म्हटलं, "तुला व्हेरिटीबाबत खात्री करून घ्यायला नको का? हे सर्व खरं आहे की नाही, हे जाणण्यासाठी?"

तिनं चकाकत्या डोळ्यांनी, टवटवीतपणे माझ्याकडे पाहिलं, "काही गरज नाही डार्लिंग. अगं, कसलाही मागचा-पुढचा विचार न करता ती माझी जबाबदारी घेईल. मी तिला खूपच प्रिय आहे."

"अगं, पण ही चोवीस तासांची बांधिलकी आहे. तिच्यावर काही घरगुती जबाबदाऱ्या असतील किंवा ती नोकरी करत असेल."

एक क्षणभरासाठी ती गोठल्यासारखी झाली, पण मग लगेच तोंडाने 'चक् चक्' आवाज करत तिनं हातानं काहीतरी झटकून टाकल्यासारखी हालचाल केली. तिनं एक पेन्सिल घेतली. "अंऽऽ जर समजा हे जमू शकलं नाही, तर मी एक... मी एका हॉटेलमध्ये सगळ्यांची सोय करेन. हं... द विंडसर. मी विंडसरमधला एक

स्वीट घेईन.''

''सगळ्यांसाठी? कोण सगळे?''

तिनं तिच्या सिडनीतल्या मित्रपरिवारांची आणि तिच्या नातेवाइकांची नावं खरडायला सुरुवात केली. मला माहीत होतं की, ते आळीपाळीने तिची काळजी घ्यायला मेलबोर्नला धावत आले असते. तिची बहीण पिप तिथे तातडीनं पोहोचली असती. आयरिस हातातलं सगळं टाकून आली असती. क्लेअर तिची बायसमधली लहान मुलं तशीच सोडून लगेचच विमानात बसली असती. यासहून हॅरिएटही धावत आला असता. प्रत्येक जण येण्याच्या तयारीतच असला असता. निकोलानं त्या सगळ्यांची विमानानं मेलबोर्नला येण्याची व्यवस्था केली असती. तिने त्यांची तिकिटंही काढली असती आणि त्यांच्या तिकिटांचे पैसेही भरले असते!

मी ग्रिलरजवळ धास्तीनं चक्रावून उभी होते. ''पण हा खूपच खर्च होईल!''

''माझी जो कोणी काळजी घ्यायला पुढं येईल, त्याला'' पेन धरलेला हात राणीच्या थाटात उंचावत तिनं जाहीर केलं, ''पैशाने विकत घेता येतील अशा सगळ्या सर्वोच्च सुखसोई मिळण्याचा हक्क आहे. आता मी तीन दिवस इस्पितळात असेन, म्हणजे....''

''तीन दिवस? डॉ. मेलनी तर सात ते दहा दिवस म्हणाले होते ना?''

''काहीतरी मूर्खासारखं बोलू नकोस हेल. मी तिथून लवकर बाहेर येईन; ठीक आहे? डॉ. हॅथवे कोणकोणत्या दिवशी शस्त्रक्रिया करतात? मंगळवारी आणि शुक्रवारी?''

आता निदान यासाठी तरी माझ्याकडे पुरावा होता. मी माझ्या बॅगमधून ते नोटपॅड काढलं आणि मी त्यांच्या खोलीमध्ये जे लिहिलं होतं, ते अधिकारवाणीनं वाचून दाखवलं – ''ते सोमवारी आणि शुक्रवारी शस्त्रक्रिया करतात.''

तिच्या भुवया खाली वळल्या. तिनं तिचं डोकं हलवलं. ''नाही... नाही, सोमवारी नाही, मंगळवारी म्हटलं त्यांनी.''

तिनं कॉर्डलेस उचलला आणि त्यांच्या स्वागतकक्षाला फोन लावला. ती ऐकत असताना तिचे गाल आरक्त झाले. तिच्यामध्ये चैतन्य, शक्ती सळसळली. तिनं हातातला कॉर्डलेस गालिच्यावर भिरकविला. ''मला माहिती होतं की, माझंच बरोबर आहे. ते मंगळवारीच शस्त्रक्रिया करतात.'' तिनं स्वत:ला व्यवस्थित कोचावरच्या उश्यांपर्यंत खेचून घेतलं आणि माझ्याकडे विजयाचा एक जळजळीत कटाक्ष फेकला. ''आणि हो... तू जेव्हा दुकानात गेली होतीस, तेव्हा बेसी दार वाजवत होती; पण मी असं दाखवलं की, घरात कोणीच नाहीए.''

मी नोटपॅडला रबरबँड लावला अन् अडखळत्या पावलांनी माझ्या खोलीत जाऊन पलंगावर आडवी झाले. मला तिथूनच तिची फोनवरची बडबड, हास्याची

उसळलेली कारंजी, तिचं लोकांचे गट करणं, एकेक गोष्ट बळकट करणं – हे सगळं ऐकू येत होतं. थोड्याच वेळात दिवाणखान्यातून बाहेर पडताना तिनं मला ती ट्रेन पकडून थिओडोर इन्स्टिट्यूटला तिचा हिशोब चुकता करण्यासाठी जात असल्याचं सांगितलं. दाराच्या आपटण्यानं घर अगदी पायापासून हादरून निघालं.

मला एक डुलकी लागली. चारनंतर खिडकीवर हलकेच टकटक केल्याचा आवाज झाला. खिडक्यांच्या झडपांच्या खाचेतून बेसीचे आशेनं बघणारे डोळे दिसले. मी उठून पुढचं दार उघडलं. खोलीतल्या हातरीवर उभी राहून ती माझ्याकडे एकटक बघत राहिली. तिनं घातलेल्या उन्हाळी टोपीच्या गडद काठामुळे तिच्या भुवया मागच्या बाजूला दबल्या गेल्या होत्या. त्यामुळे ती एखाद्या घोडदलातल्या सैनिकाप्रमाणे दिसत होती. तिनं एकदम माझ्या पलंगावर उसळी मारली आणि आम्ही दोघीही आडव्या झालो. तिनं खूप विचार केला होता आणि आता मी त्या विचारमंथनाची फळं ऐकावीत, अशी तिची इच्छा होती.

"जेव्हा एखादा माणूस मरतो," ती म्हणाली, "त्याच्या शरीरातून एक छोटासा हिस्सा बाहेर उडून जातो."

"हो," मी तिला म्हटलं, "मी लोकांना असं म्हणताना ऐकलं आहे. किती रम्य कल्पना आहे ही!"

"त्याला आत्मा असं म्हणतात."

तिनं माझं मनगट हातात धरलं आणि त्यावरची त्वचा हळुवारपणे वर-खाली हलवू लागली. माझ्या त्वचेचा तो सुरकुतलेला सैलपणा, सांध्यांचा नाजूकपणा मला जाणवला.

"प्रत्येक जण मरतोच." ती म्हणाली, "मीसुद्धा, हमीसुद्धा आणि नॅना, जर आम्ही मेलो, तर तूसुद्धा मरशीलच, कारण तू खूप दुःखी झालेली असशील ना?"

बेसी आणि मी पलंगावर आडव्या पडून नशीब आणि विश्वाबाबत विचार करत होतो. तेव्हा मला माहीत नव्हतं की, निकोलानं तिची काळजी घेणाऱ्यांना मेलबोर्नला आणून त्यांना विंडसरमध्ये ठेवण्याचं आणि मग नंतर डॉ. हॅथवेंनी यशस्वीरीत्या शस्त्रक्रिया करून बिनचूकपणे तिच्या पाठीच्या कण्यामध्ये बसवलेल्या टिटॅनियमच्या चकतीसकट दहा दिवसांनी तिच्या भल्यासाठी सिडनीला जाण्याचं तिचं वेडं स्वप्न पूर्ण होणार होतं की नव्हतं.

मला तर अजून हेही माहीत नव्हतं की, थोड्या-थोड्या काळाकरिता तिची काळजी घेण्याची भूमिका पार पाडायला मला किती वेळा सिडनीला जावं लागणार होतं? किंवा अजून किती वेळा मी आयरिसच्या घरी गेल्यानंतर यासहून आलेल्या हॅरिएटने – जिचा उन्हानं रापलेला चेहरा आता घामानं आणि थकव्यानं हिंस्त्र झालेला असला असता – दार उघडलं असतं किंवा बौद्ध धर्माची उपासक असणाऱ्या, गोऱ्या, शांत, आत्मसंयमी, विश्रांतीही न मिळता सलग पाच दिवस काम करावं लागलेल्या मरियनने दार उघडलं असतं?

बायरनच्या क्लेअरशेजारी जमिनीवर झोपायला मी स्वत:ला तयार केलेलं नव्हतं, ज्या वेळी डोकं बाद झालेली आयरिस तिची बॅग घेऊन न्यू साउथ वेल्सच्या किनाऱ्यावरून पळून गेलेली असेल.

पिणं सुरू करण्याच्या माझ्या प्रबळ इच्छेबाबतही मी कल्पना करू शकत नव्हते. मी दर वेळेस त्या अपार्टमेंटच्या उंच, हवेशीर खोल्यांमध्ये प्रवेश केल्यावर आणि तिथं कोचावर एखाद्या सम्राज्ञीच्या थाटात त्या कोचाच्या कडक हातांच्या आधाराने निकोला बसलेली दिसल्यावर मात्र पिण्याच्या इच्छेने माझ्यावर कब्जा केला असता. निकोला उठली असती आणि झोपली असती; हसली असती आणि रडली असती. चायनाच्या वनौषधींचा अर्क तिने मागितला असता. ब्राऊन राइसचे उपवास

आणि कडक अल्कली आहारांचं नियोजन तिने केलं असतं. कोणत्याही आच्छादनाशिवाय असणाऱ्या खिडकीमधून आत येणाऱ्या सूर्याकडे रोज सकाळी तिने तिचा चेहरा वळवला असता. मी असा येणारा एकही दिवस पाहू शकत नव्हते, ज्या दिवशी निकोला उश्यांच्या रचून ठेवलेल्या ढिगाच्या आधारानं पाय सुजलेल्या अवस्थेत बसली असती. तिने आपल्या लखलखत्या स्वरात जाहीर कें असतं, 'मला आता अचानकच लक्षात आलं आहे की, मला इतकं भयंकर का वाटतं आहे! मला नक्कीच रक्तक्षय झाला असणार किंवा माझ्या सिडनीला होणाऱ्या खेपांमुळे माझ्या घरातलं माझं आयुष्य नीरस झालेलं आहे. मला तुझी आठवण येते, मला खूप कंटाळा आला आहे...'

'यापेक्षा आयरिसच्या घरातल्या बाथरूममधल्या फरशा घासणं परवडलं! पण असं मी तिला पोस्टकार्डवर कसं म्हणेन? तिची काळजी घेणाऱ्या इतर लोकांसारखी माझीही अशीच गरज पडेल. त्या लोकांवर कष्टाच्या काळामध्ये झालेल्या जवळीकतेमुळे मी प्रेम करायला लागलेली असेन. तिला संडासात घेऊन जाण्यासाठी मला त्यांना मदत करावी लागेल. तिथं मी हळुवारपणे तिचं ढुंगण धुवायला शिकेन; जसं मी माझ्या बहिणीचं अन् आईचं धुतलं होतं आणि जसं एक दिवस कोणाला तरी माझं धुवावं लागेल.

'मी कदाचित हापण अंदाज बांधलेला असेल की, जोपर्यंत निकोलाच्या फुफ्फुसातल्या गोष्टी तिच्या नाकावाटे आणि घशावाटे बुडबुड्यांच्या रूपाने बाहेर येत नाहीत तोपर्यंत आणि तिच्या आजूबाजूचे सगळे जण थकव्यानं, संतापानं आणि नैराश्यानं भ्रमिष्ट होत नाहीत तोपर्यंत मरणासन्न लोकांसाठी असणाऱ्या इस्पितळात जायला निकोला तयार होणार नाही. ती तेव्हाच कदाचित पाघळेल, जेव्हा मरियन तिला म्हणेल, 'ज्या गोष्टी तू केलेल्या नाहीस, त्यांच्यासाठी शोक करू नकोस. तो भूतकाळ आहे आता. छान आनंदी राहा; तू आता आमची गुरू आहेस.' '

पण माझ्या हुरहूर वाटणाऱ्या सज्जतेनंतर मला मिळालेल्या फर्मानामुळे मला धक्का बसला असेल, जे मला ॲडलेडमध्ये 'रायटर्स वीक'च्या दरम्यान मिळालेलं होतं. सिडनीला जाणाऱ्या विमानात मी जे बघत होते ते होते; त्या परक्या लोकांचे केस आणि त्यांच्या पोशाखांची वीण! जेव्हा मी तिच्या त्या मरणासन्न लोकांच्या इस्पितळातल्या खोलीत गंभीरपणे दिलेलं वचन पाळण्यासाठी हलक्या पावलांनी गेले, तेव्हा तिनं मंद गतीनं तिचा गुबगुबीत हातात माझा हात घेतला असता आणि ऑक्सिजनच्या त्या मास्कखालून घोगरट आवाजात मला विचारलं असतं, "तू नेमकी उत्सवाच्या वेळेसच आलीस ना? काही विशेष बातमी?" मग तंबूतल्या नोबेल लॉरेटला त्याचं ऑस्ट्रेलियाचं नागरिकत्व मिळालेलं पाहण्यासाठी मोठमोठ्या नामवंत लोकांची कशी झुंबड उडाली होती, ते मी तिला सांगितलं असतं. अगदी

क्षीणपणे तिनं माझ्या हाताची बोटं दाबली असती आणि माझ्याशी ती शेवटचं बोलली असती, "तू जाऊ नकोस. नाही ना जाणार?"

मी भविष्यात असंही घडताना पाहू शकले नाही की, जेव्हा बौद्ध धर्माचं पालन करणाऱ्या दोन व्यक्ती तिच्या खोलीबाहेर मंत्रपठण करत असतील तेव्हा क्लेअर आणि आयरिसबरोबर मी त्या मरणासन्न लोकांसाठी असणाऱ्या इस्पितळातल्या एका अंधूक प्रकाशाच्या खोलीच्या कोपऱ्यात थरथर कापत दबा धरून बसलेली असेन आणि मंद्र सप्तकात कंटाळवाणेपणानं गाणाऱ्या स्त्रियांचे आवाज ऐकत असेन. सगळ्या दयाळू वस्तूंना तिथं येण्यासाठी आम्ही आवाहन करत असू. आवाहन करत असू – निकोलाकडे येण्यासाठी. तिच्या आयुष्यातला प्रकाश मावळलेला असेल. ती आता एका अंधाऱ्या जागेत, मार्गहीन जंगलामध्ये प्रवेश करत असेल. जिला कोणी स्नेही नव्हते, कसलाही आजार नव्हता; स्वत:वर ताबा असणारी ती एका कड्याच्या काठाशी उभी होती. अचानकच ती त्याच्या एका भीतिदायक घळीमध्ये, जिथून प्रतिध्वनी येत असतील, खाली घसरायला लागेल. कर्माचा बलाढ्य वारा, कर्माचा झंझावात तिला वाहून नेईल. त्या पहाऱ्यातून मी जेव्हा बाहेर दृष्टी टाकली, तेव्हा काळ्या पडद्याच्या पार्श्वभूमीवर तिच्या बहिणीच्या चेहऱ्याची एक बाजू मला दिसली – स्पष्ट आणि स्थिर.

मी पुढं भविष्यात असंही घडताना बघू शकत नव्हते की, माझ्यापेक्षा जास्त जवळच्या असणाऱ्यांच्या उपस्थितीत तिची राख पसरली जाईल आणि त्यानंतर काही दिवसांनी तिच्या स्मरणार्थ ठेवलेल्या समारंभात एक सुंदर वस्त्रं ल्यायलेली, हातात ऑर्डर ऑफ सर्व्हिस असणारी स्त्री अनुनासिक आणि थंडपणाची कड असणाऱ्या आवाजात माझ्याशी बोलेल – "मी व्हेरिटी. निकोलाबरोबर एकाच शाळेत होते. मला कळलं की, तू बोलणार आहेस आणि मग खूप उत्सुकता वाटू लागली की, तुझा निकोलाशी नक्की काय संबंध होता?"

मला या गोष्टीची अजिबात कल्पना नव्हती की, माझं घर सोडण्यापूर्वी निकोलाने माझ्यासाठी एक निरोपाचं पत्र लिहून ठेवलं असेल, ज्यात तिनं स्वत:ला दूषणं दिलेली असतील. पत्राची भाषा हळुवार आणि मूक कृतज्ञता व्यक्त करणारी असेल. ते पत्र मला काही महिन्यांनी शिताफीनं लपवलेल्या जागेत सापडेल. अश्रू ढाळून मला यातना झाल्या असत्या, अशा कठोर, निष्ठुर हुंदक्यांनी माझं शरीर फाडत त्यांचा बाहेर पडण्याचा मार्ग मोकळा केला असता; अगदी तसाच, जशी निकोलाच्या शरीरातले विषारी पदार्थ बाहेर पडण्याची कल्पना तिनं रंगविली होती! मला हे माहीत नव्हतं की, तो तपास करणारा अधिकारी माझ्या घरी येईल. माझ्याजवळची थिओडोर इन्स्टिट्यूटबद्दलची सगळी कहाणी मी त्याला त्याच्या टेपरेकॉर्डरवर सांगेन आणि त्याच्याबद्दल मला पुन्हा कधीही काही कळणार नाही.

मी या गोष्टीचाही काही कधी अंदाज बांधू शकले नव्हते की, उन्हाळ्याच्या शेवटी एखाद्या सुगंधित संध्याकाळी फ्लिन्डर्स लेनमधून डॉ. टकी त्यांच्या सूटकेससह घरंगळत जात असतील. त्यांची ती फडतूस पॅन्ट ओढून वर बसविण्यासाठी एक क्षणभर ते थबकतील. त्यांचे रुग्ण मरायलाच हवेत, या वास्तवासाठी मला त्यांची कणव येईल.

त्या दिवशीच्या दुपारी जेव्हा मी लिखांनी भरलेल्या वेण्या घातलेल्या बेसीच्या शेजारी तिच्या नव्या तत्त्वज्ञानासह पलंगावर शून्यात नजर लावून पडले होते, तेव्हा एक गोष्ट निश्चित होती की, जर निकोलाला दुसऱ्या दिवशी मी घराबाहेर काढलं नसतं, तर मी संतापात इतकी बुडून गेले असते की, माझ्या अंगावरचं मांस त्यामुळे वाळून गेलं असतं आणि निस्तेज कातड्यानं आच्छादलेला हाडांचा सापळा शिल्लक राहिला असता.

~

त्या रात्री – जी तिची माझ्या घरातली शेवटची रात्र होती – तिच्या आणि माझ्या खोलीची बंद दारं भेदून येणाऱ्या तिच्या घोरण्यामुळे मी रात्रभर झोपू शकले नाही. मी माझ्या मुठी आवळून नैराश्याच्या परमोच्च भावनेनं माझ्या ब्लँकेटखाली झोपलेली होते. मेलिनीनं तिला व्हॅलियम दिलं होतं का? किंवा स्टिरॉइड्स? की प्रत्यक्ष मृत्यूच तिच्याशी खेळत होता? तिची बापडी, थकलेली अंतत्वचा मोकळी करत होता? शरमेच्या भावनेनं मला आजारी वाटू लागलं. इतका राग आल्याबद्दल मला माझाच राग आला. अस्तित्वासाठी मृत्यूचा आलेला राग. तिच्या बाबतीत इतक्या क्रूरपणे आणि मंद गतीनं वागण्यासाठी आलेला मृत्यूचा संताप.

पण सकाळी आम्ही संपून गेलेल्या शांततेत जाग्या झालो. ती म्हणाली की, तिला वेदना होत नव्हत्या. आम्ही तिच्या काही गोष्टी एका सुती बॅगमध्ये भरल्या आणि ती मी माझ्या खांद्यावर घेतली आणि माझीही उचलली. आम्ही टॅक्सीनं विमानतळावर गेलो. आमची नोंद केली आणि मग तिथल्या काचेच्या भिंतीशेजारी बसून कॉफी प्यायलो. आकाशातल्या वसंतातल्या ढगांमध्ये हवेची झुळूक रेघा काढत होती.

आमचा विमानाचा प्रवास छोटासा होता. आम्ही बसलेलो असताना फार क्वचितच बोललो. विमानाच्या चंदेरी पंखांवरचे दिवे लुकलुकताना बघत बसलो. कधीकधी ती माझ्याकडे वळून बघत होती, हसत होती. तिकडे आयरिस आमची वाट बघत होती. तिच्या अस्ताव्यस्त केसांवरून आणि बुद्धिमान चेहऱ्यावरून मी तिला त्या गर्दीतून शोधून काढलं. खरंतर मी तिथंच तिच्यासमोर गुडघे टेकले असते. तिनं आमचं स्वागत केलं. मी निकोलाची बॅग तिच्याकडे दिली आणि मागं

सरकले. आयरिसच्या घरातून निघतानाचा आमचा निरोपसमारंभ प्रेमपूर्वकच झाला. निकोलानं माझे दोन्ही हात हातात घेतले. माझ्या गालांची चुंबनं घेतली आणि सरळ माझ्या डोळ्यांत बघितलं. आत्ता जरी आम्ही तिघीही बहिणींप्रमाणे खांद्याला खांदा भिडवून चालत कारच्या टर्मिनसपर्यंत आलो, तरी मी निकोलाच्या बाजूची माझी जागा सोडलेली होती.

हा माझ्या देखरेखीचा शेवट होता आणि मी तिला सोपवून दिलं होतं.

■ ■ ■